इन्फोर्मेशन & कम्युनिकेशन टेक्नोलॉजी सिस्टीम मेंटेनन्स ICTSM प्रथम वर्ष मराठी MCQ

मनोज डोळे

Copyright © Manoj Dole
All Rights Reserved.

This book has been published with all efforts taken to make the material error-free after the consent of the author. However, the author and the publisher do not assume and hereby disclaim any liability to any party for any loss, damage, or disruption caused by errors or omissions, whether such errors or omissions result from negligence, accident, or any other cause.

While every effort has been made to avoid any mistake or omission, this publication is being sold on the condition and understanding that neither the author nor the publishers or printers would be liable in any manner to any person by reason of any mistake or omission in this publication or for any action taken or omitted to be taken or advice rendered or accepted on the basis of this work. For any defect in printing or binding the publishers will be liable only to replace the defective copy by another copy of this work then available.

डिजिटायझेशन ही काळाची गरज आहे. भविष्यात, प्रशिक्षण अधिक सोयीस्कर आणि सोपे करण्यासाठी औद्योगिक प्रशिक्षण संस्थांमध्ये ऑनलाइन इंटरनेट वापरून प्रशिक्षण घेणे आवश्यक आहे. MCQ प्रश्नांचा संच असलेली ई-पुस्तके प्रशिक्षणार्थींना उपलब्ध करून दिली जातील कारण त्यांना त्यांच्या औद्योगिक प्रशिक्षण संस्थांमध्ये होणार्‍या ऑनलाइन परीक्षांच्या तयारीसाठी MCQ प्रश्नांची अधिक सवय होणे आवश्यक आहे.

या सर्व बाबी लक्षात घेऊन श्री.मनोज मधुकर डोळे प्रशिक्षक, औद्योगिक प्रशिक्षण संस्था, सातारा यांनी नवीन वार्षिक प्रणाली आणि NSQF-5 अभ्यासक्रमानुसार पुस्तके लिहिली आहेत. आणि त्यांनी प्रशिक्षण सुलभ करण्यासाठी सैद्धांतिक मोबाइल ॲप्स आणि ब्लॉग तयार केले आहेत आणि हे सर्व शैक्षणिक साहित्य जगप्रसिद्ध Google Play Store, Amazon आणि Apple Book Store वर डाउनलोड करण्यासाठी उपलब्ध केले आहे.

पुस्तकांचे प्रकाशन माननीय सहसंचालक श्री राजेंद्र घुमे साहेब प्रादेशिक व्यावसायिक शिक्षण व प्रशिक्षण कार्यालय, पुणे यांच्या हस्ते दिनांक 9/1/2019 रोजी करण्यात आले, यावेळी श्री प्रकाश सायगावकर साहेब प्राचार्य शासकीय औद्योगिक प्रशिक्षण संस्था औंध पुणे, श्री तुकाराम मिसाळ साहेब प्राचार्य डॉ. सरकार प्र.संस्था सातारा, श्री सचिन धुमाळ साहेब जिल्हा व्यवसाय शिक्षण व प्रशिक्षण अधिकारी सातारा, श्री यतीन पारगावकर साहेब मुख्याध्यापक गो. प्र.संस्था कोल्हापूर, श्री विकास टेके साहेब निरीक्षक व्यावसायिक शिक्षण व प्रशिक्षण क्षेत्रीय कार्यालय पुणे, पालेकर फूड्स प्रॉडक्ट्स प्रा. लि.चे सातारा येथील उद्योजक अध्यक्ष श्री.नीळकंठराव पालेकर साहेब, हिरा फूड्स चे चेअरमन श्री.इब्राहिम बाबा तांबोळी साहेब, सौ.शाल्मली पवार मुख्याध्यापिका शासकीय तंत्रनिकेतन केंद्र सातारा व इतर मान्यवर यावेळी उपस्थित होते.

अनुक्रमणिका

प्रस्तावना

इन्फॉर्मेशन & कम्युनिकेशन टेक्नोलोजीसिस्टीम मेंटेनन्स ICTSM प्रथम वर्ष मराठी MCQ हे ITI आणि अभियांत्रिकी अभ्यासक्रम माहिती आणि संप्रेषण तंत्रज्ञान प्रणाली देखभाल ICTSM साठी एक पुस्तक आहे. यामध्ये अधोरेखित आणि ठळक अचूक उत्तरांसह वस्तुनिष्ठ प्रश्नांचा समावेश आहे MCQ मध्ये सुरक्षा आणि पर्यावरण, अग्निशामक यंत्रांचा वापर, प्रतिरोधक आणि सोल्डरिंग, डी-सोल्डरिंग प्रॅक्टिस, इंडक्टर्स, इंडक्टन्स मोजणे आणि ट्रान्सफॉर्मर, कॅपेसिटरचे वापर यासह सर्व विषय समाविष्ट आहेत. , ट्रान्झिस्टरचे प्रकार आणि ते ॲम्प्लीफायर, व्होल्टेज, वारंवारता, मॉड्युलेटर/ ट्रान्समीटरचे मॉड्युलेशन म्हणून वापरा. माहिती संप्रेषण प्रणाली, वर्ड प्रोसेसिंग आणि स्प्रेडशीट सॉफ्टवेअर, डेस्कटॉप कॉम्प्युटरचे हार्डवेअर घटक, ऑपरेटिंग सिस्टम आणि इतर सर्व ॲप्लिकेशन सॉफ्टवेअर, लॅपटॉप पीसीच्या हार्डवेअर घटकांमध्ये वापरल्या जाणाऱ्या काही महत्त्वाच्या यांत्रिक, इलेक्ट्रिकल आणि इलेक्ट्रॉनिक्स ॲक्सेसरीजसह काम करणे . SMPS बदला/इंस्टॉल करा आणि ट्रबलशूट, मेमरी डिव्हाइसेस, चिप्स, मोडेम, सिस्टम रिसोर्सेस, ॲड ऑन कार्ड्स, केबल्स आणि कनेक्टर्स, टॅब्लेट/स्मार्ट डिव्हाइसेस, विविध नेटवर्क डिव्हाइसेस वापरून नेटवर्किंग सिस्टम, विंडोज सर्व्हरचे कॉन्फिगरेशन. डीएनएससची स्थापना, कॉन्फिगरेशन, राउटिंग आणि वापरकर्ता खाते सानुकूलन. सर्व्हरचे कॉन्फिगरेशन आणि सर्व्हर नेटवर्क सुरक्षा आणि पायाभूत सुविधा व्यवस्थापित करणे. लिनक्स सर्व्हरची स्थापना आणि मूलभूत कॉन्फिगरेशन आणि बरेच काही.

आम्ही प्रत्येक नवीन आवृत्तीसह नवीन प्रश्नांची उत्तरे जोडतो. कृपया काही त्रुटी/ वगळल्यास आम्हाला ईमेल करा. सर्व अभियांत्रिकी बहुपर्यायी प्रश्न आणि उत्तरांसाठी हे निर्विवादपणे सर्वात मोठे आणि सर्वोत्तम ई-पुस्तक आहे.

विद्यार्थी म्हणून तुम्ही ते तुमच्या परीक्षेच्या तयारीसाठी वापरू शकता. हे ई-पुस्तक प्राध्यापकांना साहित्य रीफ्रेश करण्यासाठी देखील उपयुक्त आहे.

नांदी, प्रस्तावना

21 व्या शतकातील औद्योगिक क्षेत्रातील वेगाने वाढणाऱ्या मागणीच्या अनुषंगाने बहु-कुशल कारागीरांचा पुरवठा करण्यासाठी व्यवसाय शिक्षण आणि व्यवसाय प्रॅक्टिकल विभागामार्फत व्यावसायिक शिक्षण आणि प्रशिक्षण विभागामार्फत व्यावसायिक शिक्षण आणि प्रशिक्षण दिले जाते. संस्थांमधील सर्व व्यवसाय महत्त्वाचे आहेत, कारण या व्यवसायांतील प्रशिक्षणार्थी उद्योगाच्या मागणीनुसार बहु-कौशल्ये विकसित करतात.

औद्योगिक क्षेत्रातील सर्व उद्योगांमधील सर्व परीक्षा ऑनलाइन घेतल्या जातात आणि त्यामध्ये MCQ पद्धतीच्या प्रश्नांचा समावेश होतो हे लक्षात घेऊन सर्व व्यवसायांसाठी योग्य MCQ ई-पुस्तके उपलब्ध करून देण्याच्या उदात्त हेतूने. श्री.मनोज मधुकर डोळे यांनी नवीन वार्षिक अभ्यासक्रमानुसार MCQ पद्धतीवर खूप चांगले ई-बुक लिहिले आहे. हे ई-बुक सर्व प्रशिक्षणार्थी, प्रशिक्षणार्थी उमेदवार, प्रशिक्षण प्रशिक्षक आणि संबंधित इतरांसाठी निश्चितच मार्गदर्शक ठरेल.

पुस्तकाचे लेखक श्री.मनोज मधुकर डोळे आहेत, इन्स्ट्रक्टर गव्हर्नमेंट ITI सातारा यांना 17 वर्षांचा प्रशिक्षणाचा अनुभव आहे. नवीन वार्षिक पॅटर्न म्हणून लिहिलेल्या, या ई-बुकमध्ये प्रत्येक विषयासाठी मांडणी, सोपी भाषा आणि सोपी वाक्यरचना, आकृती आणि व्हिडिओ समजून घेण्यासाठी आधुनिक डिजिटल QR कोड तंत्रज्ञान समाविष्ट केले आहे. त्यामुळे सखोल अभ्यास आणि परीक्षेच्या सरावासाठी हे ई-बुक नक्कीच उपयोगी पडेल याची मला खात्री आहे. त्यांनी केलेले काम नक्कीच कौतुकास्पद आहे.

श्री तुकाराम मिसाळ

प्राचार्य शासकीय औद्योगिक प्रशिक्षण संस्था सातारा.

ऋणनिर्देश, पावती

DGET नवी दिल्ली आणि CSTARI कोलकाता ऑगस्ट 2018 च्या सत्रापासून ITI मधील सर्व व्यवसायांसाठी वार्षिक पॅटर्न लागू करत आहेत. परीक्षा पद्धतीतही बदल करण्यात येणार असून या वर्षीपासून ती ऑनलाइन होणार असून सर्व प्रश्न वस्तुनिष्ठ स्वरूपाचे (MCQ) असल्याने प्रशिक्षणार्थींना सखोल अभ्यासाची नितांत गरज आहे. हे लक्षात घेऊन जुन्या NIMI पॅटर्नवर आधारित पुस्तके आणि नवीन वार्षिक पॅटर्नचे संपूर्ण विहंगावलोकन सादर करताना आम्हाला आनंद होत आहे आणि आम्हाला आशा आहे की ही पुस्तके सर्व व्यवसाय संचालक आणि प्रशिक्षणार्थींसाठी मार्गदर्शक ठरतील. आहे.

ही पुस्तके लिहिल्याबद्दल जोहर आवटे साहेब, ITI अकलूजचे प्राचार्य. ITI सातारा चे माजी प्राचार्य सायगावकर साहेब, सहाय्यक संचालक श्री चंद्रकांत ढेकणे साहेब व्यवसाय शिक्षण व प्रशिक्षण प्रादेशिक कार्यालय, पुणे, जिल्हा व्यवसाय शिक्षण व प्रशिक्षण अधिकारी सचिन धुमाळ साहेब व मुख्याध्यापिका शासकीय तंत्रनिकेतन केंद्र शाल्मली पवार मॅडम व मुलगा अधिराज डोळे, आई कुसुम डोळे. , माझे वडील मधुकर डोळे आणि पत्नी अश्विनी डोळे यांनी वेळोवेळी केलेल्या विशेष मार्गदर्शन व सहकार्याबद्दल मी त्यांचा मनःपूर्वक आभारी आहे.

तसेच अतिशय कमी कालावधीत पुस्तक प्रकाशित करण्यात अमूल्य वेळ दिल्याबद्दल श्री राजेंद्र घुमे साहेब, सहसंचालक, व्यवसाय शिक्षण व प्रशिक्षण प्रादेशिक कार्यालय, पुणे यांनी पुस्तकाचे पुनरावलोकन केले. त्यांच्या अभिप्रायाबद्दल मी मनापासून आभारी आहे.

पुस्तक लिहिण्याच्या सुरुवातीपासूनच सतत पाठबळ दिल्याबद्दल ITI सातारा च्या प्रशिक्षकांचा मी आभारी आहे.

या पुस्तकातून, ई-लर्निंगबद्दलचे माझे विचार तुमच्याशी शेअर करण्यात मी स्वतःला धन्य समजतो. हे पुस्तक परिपूर्ण आहे असा दावा मी करणार नाही, कारण परिपूर्णतेचा विचार करता हे पुस्तक एक प्रयत्न आहे आणि बाल्यावस्थेत आहे. त्यांची चाचणी आणि सूचना दिल्यास ते सुधारण्यासाठी मोलाचे ठरतील.

मनोज डोळे
दिनांक 9/1/2019

1

इन्फोर्मेशन &
कम्युनिकेशन टेक्नोलोजी
सिस्टीम मेंटेनन्स ICTSM
प्रथम वर्ष मराठी MCQ
Drawing

Online Test Exam
ITI Books
CNC Course
AutoCAD CAM
JOB & Apprentice
Online Theory
Computer Course
Trading Course
Web Designing
MSCIT Course
Shopping Business
Internet Business
Remotasks Course
Online Services
Top Sportsmans
Indian Army
Freedom Fighters
Top Scientists
Social Reformers
Motivational Speaker
Top Richest People
Join WhatsApp Group
Join Facebook Group
Like Facebook Page
PAN / Adhar / Licence
Passport

ई-पुस्तक प्रकाशन

battery
capacitor
cell
dynamometer
electromagnet
heater
inductance
magnet

megger
motor
multimeter
ohmmeter
resistores
star connected
alternator

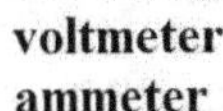

voltmeter
ammeter

wattmeter

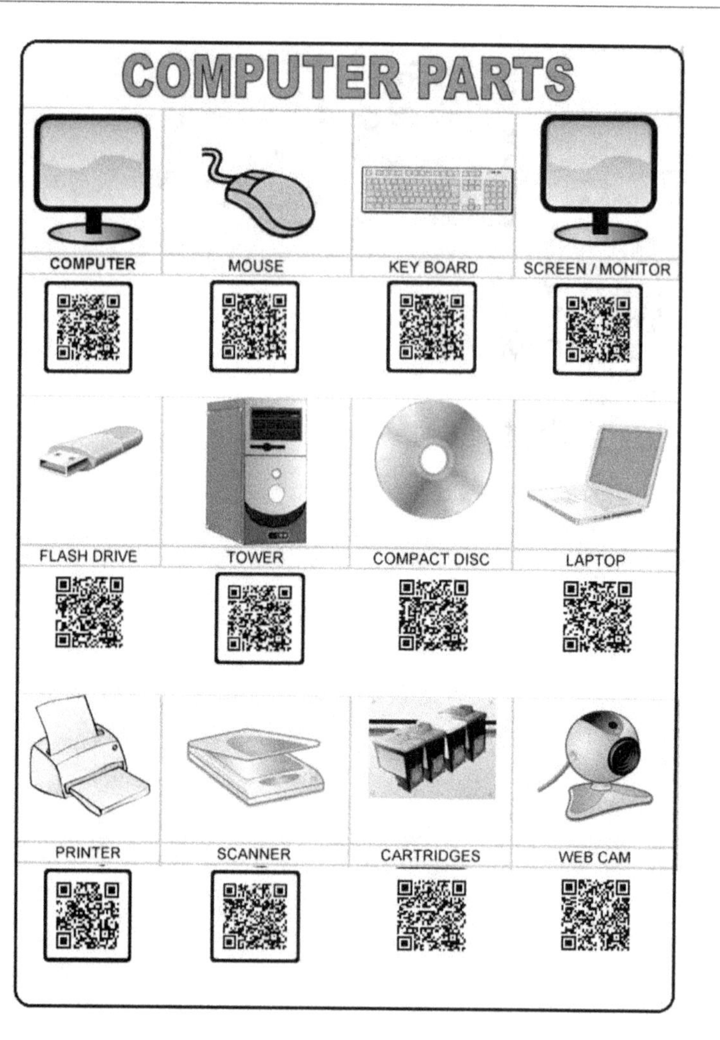
COMPUTER PARTS
COMPUTER
MOUSE
KEY BOARD
SCREEN / MONITOR
FLASH DRIVE
TOWER
COMPACT DISC
LAPTOP
PRINTER
SCANNER
CARTRIDGES
WEB CAM

COMPUTER PARTS
SPEAKER
HEADPHONES
SMARTPHONE
TABLET / I-PAD
MICROPHONE
WIRELESS ROUTER
MP3 PLAYER
JOYSTICK / GAME

CPU
System Fan
Floppy
Heat Sink
Power Supply
Hard Drive
Optical Drive
Motherboard
Processors (CPU)
RAM Moduels
Computer CPU
Hardware Components

Motherboard
Hardware Components

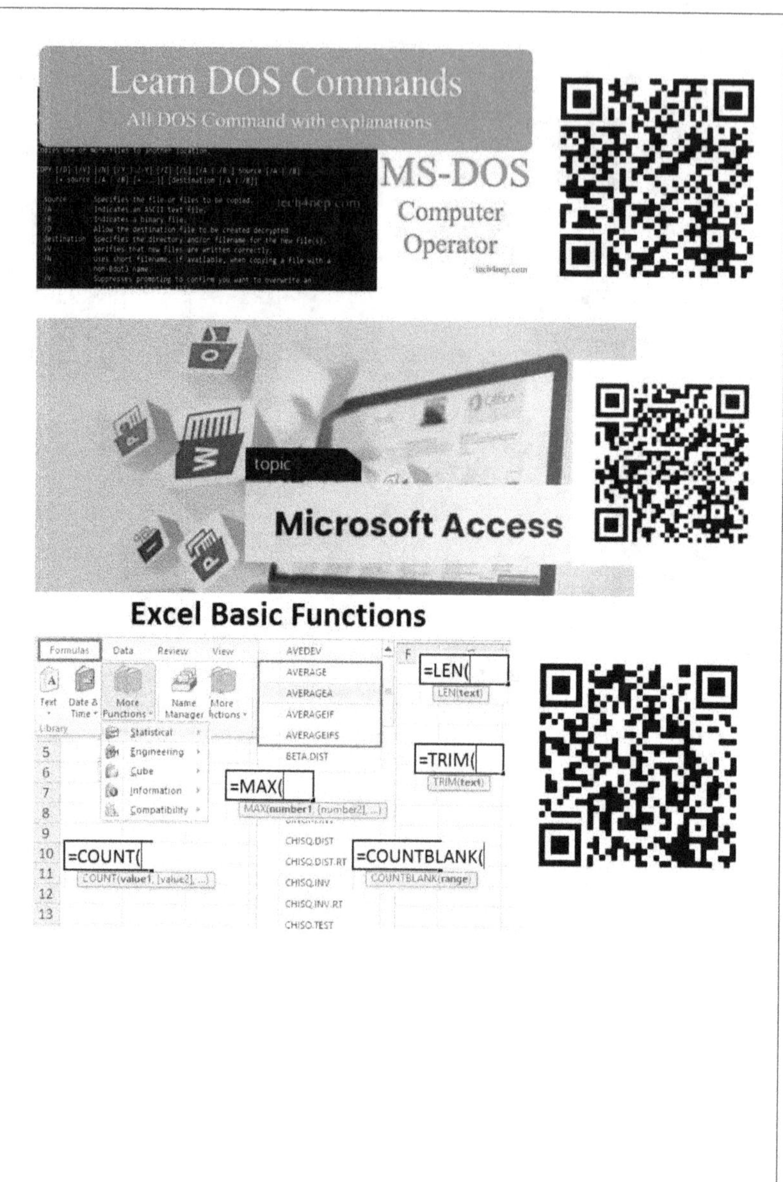
Learn DOS Commands
All DOS Command with explanations
MS-DOS
Computer
Operator
topic
Microsoft Access
Excel Basic Functions
=LEN(
LEN(text)
=TRIM(
TRIM(text)
=MAX(
MAX(number1, [number2], ...)
=COUNT(
COUNT(value1, [value2], ...)
=COUNTBLANK(
COUNTBLANK(range)

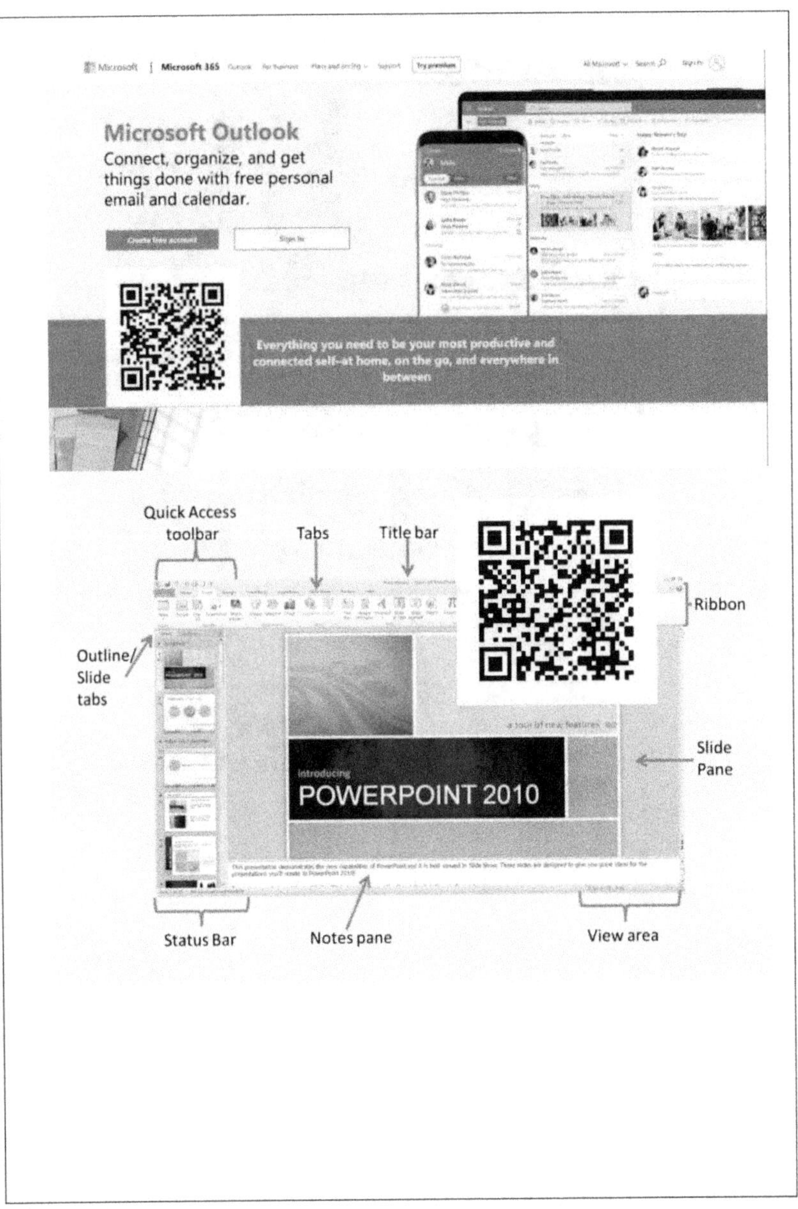
Microsoft
Microsoft 365
Try premium
Microsoft Outlook
Connect, organize, and get things done with free personal email and calendar.
Create free account
Sign In
Everything you need to be your most productive and connected self-at home, on the go, and everywhere in between
Quick Access toolbar
Tabs
Title bar
Ribbon
Outline/ Slide tabs
introducing
POWERPOINT 2010
Slide Pane
Status Bar
Notes pane
View area

MS Paint
Microsoft
W
FEATURES OF
MS WORD
IN HINDI
WHAT IS MS WORD
HISTORY OF MS WORD
FEATURES OF MS WORD
CDBurnerXP
Video DVD
Audio disc
Burn ISO image
Copy or grab disc
Erase disc
OK

Top Linux OS
Software Installation
ALLXPSOFT.COM
MICROSOFT
Windows XP
Windows Vista
Windows 7

2

इन्फोर्मेशन & कम्युनिकेशन टेक्नोलोजी सिस्टीम मेंटेनन्स ICTSM प्रथम वर्ष मराठी MCQ

1] ABC म्हणजे --------------
   अ] स्वयंचलित श्वास नियंत्रण
   ब] स्वयंचलित रक्त नियंत्रण
   <u>क] वायुमार्गातीलश्वासोच्छ्वासाचेअभिसरण</u>
   ड] स्वयंचलित रक्त परिसंचरण

अग्नीरोधक

3] "क्लास बी" आग विझवण्यासाठी अग्निशामक यंत्राचे प्रकार वापरले जातात ....
   <u>अ] कोरडीशक्ती</u>
   ब] कार्बन डायऑक्साइड

क] पाण्याचा जेट

ड] फोम प्रकार

4] सामान्य आग विझवण्यासाठी कोणत्या प्रकारचे अग्निशामक यंत्र वापरले जाते?

अ] पाण्याचेप्रकारविझविण्याचेयंत्र

ब] फोम प्रकार एक्टिंग्विशर

क] कोरडी रासायनिक पावडर एक्टिंग्विशर

D] कार्बन डायऑक्साइड (C02] एक्टिंग्विशर

5] रक्तस्राव झाल्यास उपचार घ्या

डी] थंड 3" आणि विश्रांती

अ] थंडपाण्याचीफवारणीकरा

ब] लगेच मलमपट्टी -----.

ब] अपघात विचार उपचार बद्दल चौकशी

safety

workshop safety

6] अपघात झाल्यास, पीडितेने आय.एम

अ] विश्रांती घेण्यास सांगितले

क] तात्काळहजरझाले

डी] त्याला सोडा

७] जखमी किंवा आजारी व्यक्तीला प्राथमिक उपचार दिले जातात....

अ] जीव वाचवा

ब] मफचा पुढील बिघाड टाळा

क] शक्य तितका आराम द्या

ड] हेसर्व

84] खालीलपैकी कोणते अग्निशामक थेट विद्युत आगीसाठी योग्य आहे?

अ] हालोन

ब] पाणी

क] फेस

ड] द्रवीभूत रसायन

85] 240V स्रोताशी जोडलेले असताना हीटर 8A चा विद्युतप्रवाह काढतो] ohms मध्ये हीटर घटकाचे प्रतिरोध मूल्य काय आहे?

अ] 40

ब] २०

क] <u>30</u>

ड] 60

86] 80 ohms हीटिंग एलिमेंटसह इलेक्ट्रिक सोल्डरिंग लोह 240V आउटलेटमध्ये प्लग केले जाते] लोहाद्वारे किती विद्युत प्रवाह काढला जाईल?

अ] २ अ

ब] <u>3अ</u>

C] 4A

ड] 5अ

87] कारमधील अल्टरनेटर 4A वितरीत करतो आणि त्याच्या टर्मिनल्समध्ये 3 ओहमचा भार जोडलेला असतो] सर्किटचे व्होल्टेज शोधा

A] 18V

ब] 24V

C] <u>12V</u>

D] 16V

88] 1K ohms, 2K ohms आणि 7K ohms चे तीन प्रतिरोधक 30 V पुरवठ्यासह मालिकेत जोडलेले आहेत] जर 2 K ohms आणि 7 K ohms रोधक ओपन सर्किट केलेले असतील, तर 7K ohms रेझिस्टरवर जोडलेले एक व्होल्टमीटर सूचित करेल ...

A] 10 k ohms, 3A

ब] 10 k ohms, 300mA

C] <u>10 k ohms, 3 mA</u>

D] 5 k ohms, 6 mA

89] एक व्होल्टेज स्त्रोत 20 ohms प्रतिकारांवर 40V चा IR ड्रॉप, 30 ohms resistance मध्ये 60V आणि 90 ohms resistance मध्ये 180V सर्व मालिका तयार करतो] लागू व्होल्टेज किती आहे?

अ] 180 वी

ब] 240 व्ही

क] 100 व्ही

D] <u>280 V</u>

90] तीन रोधक 27 ohms, 47 ohms आणि 68 ohms समांतर जोडलेले आहेत] ओटल रेझिस्टन्स म्हणजे काय?

A] <u>27 ohms पेक्षाकमी</u>

ब] 68 ohms पेक्षा जास्त

C] 27 आणि 47 ohms दरम्यान

D] तीनही प्रतिकारांची बेरीज

91] एक दशलक्ष आणि एक mege ohms रोधक आहेत दोन्ही समांतर जोडलेले असल्यास, एकत्रित प्रतिरोध मूल्य काय असेल?

अ] ०.५मेगाओम

ब] ०.५ मिली ओम

C] ०.५ किलो ओम

ड] ०.५ ओम

92] एक 24 ohms आणि 8 ohms समांतर प्रतिरोधकांना एकत्रित प्रतिरोध प्राप्त होतो ...

अ] 6 ओम

ब] 12 ओम

C] 3 ohms

ड] ३२ ओम

93] खालील मूल्यांचे प्रतिरोधक समांतरपणे जोडलेले आहेत, 5 ohms, 5 kilo-ohms, 50 kilo-ohms, 5 mega ohms] त्यांचा समतुल्य प्रतिरोध खूप जवळ असेल ...

A] 4.5 ohms

B] 4500 ohms

C] 45000 ohms

ड] 4,500,000 ohms

94] दिलेल्या वायरचा प्रतिकार 2 ohms आहे] दुप्पट लांबी आणि दुप्पट क्रॉस सेक्शनल एरिया असलेल्या समान सामग्रीपासून बनवलेल्या इतर वायरचा प्रतिरोध ...

अ] ५ ओम

ब] 6 ओम

C] 2 ohms

ड] 8 ओम

95] दिलेल्या लांबीच्या धातूच्या ताराचे क्षेत्रफळ दुप्पट असल्यास, त्याची प्रतिकारशक्ती...

अ] दुप्पट व्हा

ब] अर्धवटकरणे

क] तसाच राहतो

ड] चार पट अधिक असू द्या

96].खालीलपैकी फक्त एक रेझिस्टन्स वायर मानली जाते

अ] सोने

ब] चांदी

क] निक्रोम

ड] तांबे

97] जेव्हा विरुद्ध ध्रुवीयतेच्या इलेक्ट्रोड्समधील हवा बनते तेव्हा आर्क गरम होते.

अ] ओलावलेला

ब] कोरडे

क] <u>आयनीकृत</u>

D] वरीलपैकी काहीही नाही

98] भट्टीचे तापमान मोजण्यासाठी वापरले जाणारे मीटर...

अ] हायड्रोमीटर

ब] <u>पायरोमीटर</u>

क] हायग्रोमीटर

ड] टॅकोमीटर

99] इलेक्ट्रोलाइटच्या बाबतीत तापमानात वाढ होते...

अ] <u>प्रतिकारशक्तीकमीहोणे</u>

ब] प्रतिकारशक्ती वाढणे

सी] प्रतिकार मध्ये कोणताही बदल नाही

D] वरीलपैकी काहीही नाही

100] कंडक्टरमध्ये विकसित होणारी उष्णता याच्या प्रमाणात असते...

अ] शक्तीचा वर्ग

ब] प्रतिकाराचा चौरस

C] <u>प्रवाहाचावर्ग</u>

ड] वेळेचा वर्ग

101] खाली दिलेल्या चार धातू/मिश्रधातूंपैकी, तापमान बदलासाठी प्रतिकारशक्तीमध्ये जवळजवळ कोणताही बदल होत नाही...

अ] निकेल

ब] निक्रोम

क] प्लॅटिनम

ड] <u>मँगॉनिन</u>

102] चुंबकाने किंचित मागे टाकलेल्या पदार्थाला म्हणतात ...

अ] चुंबकीय

ब] पॅरामॅग्नेटिक

क] <u>डायमॅग्नेटिक</u>

ड] फेरोमॅग्नेटिक

103] ज्या सामग्रीचे चुंबकीकरण अगदी थोडेसे केले जाऊ शकते त्याला म्हणतात...

अ] चुंबकीय

ब] <u>पॅरामॅग्नेटिक</u>

क] डायमॅग्नेटिक

ड] फेरोमॅग्नेटिक

104] सहज चुंबकीकरण करून अतिशय मजबूत चुंबक बनविणाऱ्या पदार्थांना...

अ] <u>फेरोमॅग्नेटिक</u>

ब] डायमॅग्नेटिक

क] पॅरामॅग्नेटिक

ड] कायम चुंबकीय

105] उच्च धारणाक्षमता असलेला पदार्थ उत्पादनासाठी वापरला जाऊ शकतो ...

अ] इलेक्ट्रोमॅग्नेट्स

ब] <u>कायमचुंबक</u>

C] तात्पुरते चुंबक

ड] परमचुंबक

106] कमी धारणक्षमता असलेला पदार्थ उत्पादनासाठी वापरला जाऊ शकतो ...

अ] <u>इलेक्ट्रोमॅग्नेट्स</u>

ब] कायम चुंबक

क] बार चुंबक

ड] परमचुंबक

107] इंडक्टन्सचे चिन्ह आहे ...

अ] एच

ब] मी

क] <u>एल</u>

ड] एक्स

108] ट्यूब लॅम्प चोक हे याचे उत्तम उदाहरण आहे...

अ] ओपन सर्किट केलेले

ब] <u>शॉर्टसर्किटझाले</u>

क] ग्राउंड केलेले

D] तटस्थ रेषेशी जोडलेले

109] ट्यूब लाईट सर्किटमध्ये चोकचे प्रारंभिक कार्य म्हणजे...

अ] प्रारंभ करंट मर्यादित करा

ब] <u>उच्चव्होल्टेजप्रेरितकरा</u>

C] फिलामेंट गरम करा

D] सुरू केल्यानंतर विद्युत् प्रवाह मर्यादित करा

110] ट्यूब लाईट सर्किटमधील चोकचे दुसरे कार्य म्हणजे...

अ] प्रारंभ करंट मर्यादित करा

ब] उच्च व्होल्टेज प्रेरित करा

C] फिलामेंट गरम करा

D] <u>सुरूकेल्यानंतरविद्युतप्रवाहमर्यादितकरा</u>

111] पासून लाटेची नियतकालिक वेळ 2ms आहे] वारंवारता मोजा

A] 50 HZ

ब] 5 HZ

C] <u>500HZ</u>

ड] 5 KHZ

112] 220 व्होल्ट्सच्या प्रभावी मूल्यासह साइन-वेव्हचे शिखर मोठेपणा किती मोठे आहे?

अ] <u>311 व्ही</u>

ब] 380 व्ही

क] 400 व्ही

ड] ४४० व्ही

113] पीक-टू-पीक व्होल्टेज 99V आहे] साइन वेव्हचे प्रभावी मूल्य किती मोठे आहे?

अ] 70 वी

ब] 44.5V

क] 49.5 व्ही

ड] <u>35 व्ही</u>

114] एक हलणारी कॉइल व्होल्टमीटर 10 V AC वाचतो] प्रभावी व्होल्टेज किती मोठा आहे?

अ] उच्च

ब] कमी

क] <u>समान</u>

ड] 10% जास्त

115] एक हलणारे लोह ammeter 10 A वाचते] दोलनाचा शिखर प्रवाह किती मोठा आहे?

अ] ७.०७ अ

ब] 1.1414A

क] ७०.७ अ

ड] <u>14.1 अ</u>

116] 2 amps चा विद्युत् प्रवाह 10 ohms च्या resistance मधून वाहतो] resistance मध्ये dissipated power is equal...

अ] 20 वॅट्स

ब] 200 वॅट्स

C] <u>40 वॅट्स</u>

ड] 5 वॅट्स

117] व्होल्टेज स्थिर ठेवून वारंवारता 50 HZ वरून 100 HZ पर्यंत बदलल्यास, पुरवठ्याशी जोडलेल्या कॉइलची प्रेरक अभिक्रिया...

अ] समान राहते

ब] अर्धा होणे

क] <u>दुप्पटहोतात</u>

ड] 4 वेळा होतात

118] क्षमता प्रभावित होत नाही ...

अ] प्लेट क्षेत्र

ब] प्लेट्समधील अंतर

क] द्वंद्वात्मक साहित्य

ड] <u>वारंवारता</u>

119] कॅपेसिटरची कॅपेसिटिव्ह प्रतिक्रिया बदलते...

अ] थेट वारंवारता सह

ब] <u>वारंवारतेसहउलट</u>

सी] थेट लागू व्होल्टेजसह

डी] लागू व्होल्टेजसह उलट

120] एका कॅपेसिटरला 6 व्होल्ट्स लावल्यावर 3 कूलॉम्ब चार्ज प्राप्त होतो] त्याची कॅपेसिटन्स आहे ...

अ]<u>०.५फॅराड</u>

ब] 3 फराद

क] 3 फराद

ड] 18 फराद

121] एक कॅपेसिटर 200 व्होल्ट एसी लाईनवर जोडलेला असतो, त्याची किमान व्होल्टेज रेटिंग असावी...

अ] 100 व्होल्ट

ब] 200 व्होल्ट

C] <u>300 व्होल्ट</u>

ड] 400 व्होल्ट

122] ओममीटरने कॅपेसिटरची चाचणी करताना, मीटर काही प्रतिकार दर्शवतो] चाचणी अंतर्गत कॅपेसिटर आहे...

अ]गळती

ब] उघडा

क] चांगले

ड] लहान

123] 80 मायक्रो फॅराड कॅपेसिटरसह मालिकेत जोडलेल्या 40 मायक्रो फॅराड कॅपेसिटरची एकूण कॅपेसिटन्स आहे...

अ] 26.7 मायक्रोफॅराड

ब] 40 मायक्रो फॅराड

C] 60.6 मायक्रो फॅराड

ड] 120 मायक्रो फॅरड

124] 3 मायक्रो फॅराड कॅपेसिटरपैकी 3 नग मधून 1 मायक्रो फॅराड कॅपेसिटर मिळविण्यासाठी आपल्याला कनेक्ट करावे लागेल ...

अ] सर्व समांतर

ब] सर्वमालिका

C] 2 मालिका आणि एक समांतर

D] वरीलपैकी काहीही नाही

125] R आणि C असलेल्या AC मालिकेतील सर्किटमध्ये कॅपेसिटरमधून वाहणारा विद्युतप्रवाह असेल...

अ] व्होल्टेज मागे पडणे

ब] व्होल्टेजअग्रगण्य

सी] व्होल्टेजसह टप्प्यात

D] वरीलपैकी काहीही नाही

126] आरसी सिरीज सर्किटमध्ये पुरवठ्याची वारंवारता वाढल्यास कॅपेसिटिव्ह रिऍक्टन्स असेल

अ] कमीकेले

ब] वाढले

क] कोणताही परिणाम होत नाही

D] वरीलपैकी काहीही नाही

127] पॉवर कंपन्यांना पॉवर फॅक्टरमध्ये सुधारणा करण्यात रस आहे

अ] रेषाप्रवाहकमीकरा

ब] मोटर कार्यक्षमता वाढवा

C] व्होल्ट-ऍंपिअर वाढवा

ड] शक्ती कमी करणे

128] कॅपेसिटर AC मोटर लोडचे पॉवर फॅक्टर मूल्य वाढवते जेव्हा ते जोडलेले असते...

अ] मोटरसह मालिकेत

ब] स्टार्टरसह मालिकेत

C]मोटरच्यासमांतर

डी] मुख्य वळण असलेल्या मालिकेत

129] सामान्यतः, इन्कॅन्डेन्सेंट लाइटिंग सर्किटचा पॉवर फॅक्टर असतो..

अ] ०

ब] ०.५

क] ०.७०७

ड] १.०

130] जेव्हा आरएलसी मालिका सर्किटमध्ये विद्युतप्रवाह निश्चित करण्यासाठी एकट्या प्रतिकाराचा वापर केला जातो, तेव्हा सर्किट...

अ] एक प्रेरक सर्किट

ब] एक कॅपेसिटिव्ह सर्किट

क] एक संयोजन सर्किट

डी] एकरेझोनंटसर्किट

131] प्रेरक प्रतिक्रिया थेट संबंधित आहे..

अ] प्रतिकार

ब] वारंवारता

क] कॅपेसिटन्स

ड] शक्ती

132] पॉवर फॅक्टर सुधारण्यासाठी सिंक्रोनस मोटर वापरली जाते तेव्हा ...

अ] उत्तेजित

ब] अतिउत्साहीत

क] भारित

ड] लोड न करता धावणे

133] RL समांतर सर्किटमध्ये, एकूण विद्युत् प्रवाहाच्या विरोधाला...

अ] प्रतिक्रिया

ब] प्रतिकार

C सदिश बेरीज

ड] प्रतिबाधा

134] AC समांतर RL सर्किटमध्ये, पॉवर येथे विसर्जित होते

अ] प्रतिबाधा

ब] प्रतिकार

क] अधिष्ठाता

ड] कॅपेसिटन्स

135] कार्बन झिंक सेलचे नाममात्र आउटपुट व्होल्टेज किती आहे?

A] 12V

ब] 1.5V

C] 2.0V

D] 2.2V

136] सेल या मालिकेत जोडलेले आहेत..

अ] आउटपुटव्होल्टेजवाढवा

B] आउटपुट व्होल्टेज कमी करते

C] अंतर्गत प्रतिकार कमी करा

ड] वर्तमान क्षमता वाढवा

54137 मध्ये कनेक्ट केले

अ] मालिका

ब] समांतर

क] मालिका-समांतर

ड] समांतर-मालिका

138] सेलची क्षमता मोजली जाते

अ] वॅट-तास

ब] वॅट्स

क] अँपिअर

ड] अँपिअर-तास

139] सर्वात कमी शेल्फ लाइफ असलेली प्राथमिक सेल आहे

अ] कार्बन – जस्त

ब] अल्कधर्मी

क] पारा

ड] लिथियम

140] ज्या सेलमध्ये दिलेल्या वजनासाठी किंवा व्हॉल्यूमसाठी खूप जास्त ऊर्जा घनता असते

अ] कार्बन-जस्त

ब] अल्कधर्मी

क] पारा

D] लिथियम

141] 100-Ah क्षमतेच्या बॅटरीने अंदाजे...

अ] 12 ता

ब] 8 ता

क] 20 ता

ड] 100 ता

142] जेव्हा बॅटरी जास्त काळ निष्क्रिय ठेवण्याची गरज असते तेव्हा...

अ] बॅटरी जास्त चार्ज करा

ब] इलेक्ट्रोलाइट काढून टाका

क] प्लेट्स डिस्टिल्ड वॉटरने स्वच्छ करा

D] <u>त्यांनावाळवाआणिबॅटरीथंडकोरड्यास्वच्छठिकाणीसाठवा</u>

143] निकेल आयर्न सेलचे सक्रिय पदार्थ आहेत...

अ] निकेल हायड्रॉक्साइड

ब] चूर्ण केलेले लोह आणि त्याचे ऑक्साईड

क] कॉस्टिक पोटॅशचे 21% द्रावण

ड] <u>वरीलसर्वसाहित्य</u>

144] सेलची क्षमता मोजली जाते

अ] वॅट तास

ब] वॅट्स

क] अँपिअर

ड] <u>अँपिअर-तास</u>

145] दुय्यम सेल चार्ज करण्यासाठी, प्रणाली वापरली जाते

अ] कमी व्होल्टेज एसी

ब] उच्च व्होल्टेज एसी

क] एसी

ड] <u>डीसी</u>

146] सामान्य औद्योगिक पुरवठा प्रणालीतील टप्प्यांची संख्या किती आहे?

अ] एक

ब] <u>तीन</u>

क] चार

ड] दोन

147] 3 फेज स्टार कनेक्ट अल्टरनेटरमध्ये, कॉइलमध्ये फेज फरक असतो ...

अ] <u>120∘</u>

ब] 240∘

क] 60∘

ड] 360∘

148] डेल्टा कनेक्शन खालीलपैकी कोणतेही वापरले जात नाही

अ] ट्रान्समिशन लाइन ट्रान्सफॉर्मरचे प्राथमिक

ब] अल्टरनेटर विंडिंग

C] वितरण ट्रान्सफॉर्मरचे दुय्यम

डी] वितरणट्रान्सफॉर्मरचेप्राथमिक

149] 3-फेज असंतुलित भार प्रणालीमध्ये शक्ती मोजण्यासाठी कोणती पद्धत वापरली जाऊ शकते?

अ] एक वॉटमीटर पद्धत

ब]टोवॅटमीटरपद्धत

क] तीन वॅटमीटर पद्धत

ड] तीन ammeter पद्धत

150] 3-फेज, 3 वायर सिस्टममध्ये 3-हॅस पॉवर मोजण्यासाठी दोन वॅटमीटर वापरले जाऊ शकतात ...

अ] संतुलित भार

ब] असंतुलित भार

C] संतुलिततसेचअसंतुलितभार

ड] संतुलित भार बाहेर

151] जेव्हा लोड असेल तेव्हाच 3-फेज सिस्टीममध्ये वीज मोजण्यासाठी एकल वॉटमीटरचा वापर केला जाऊ शकतो.

अ] संतुलित

ब] असंतुलित

C] संतुलित तसेच असंतुलित भार

ड] स्थिर

152] सूचक साधनामध्ये पॉइंटरची हालचाल निर्माण करणारे बल म्हणतात...

अ] विक्षेपणशक्ती

ब] नियंत्रण शक्ती

क] ओलसर बल

ड] विचलित करणारी शक्ती

153] कायम चुंबक हलवणारे कॉइल इन्स्ट्रुमेंट वाचेल...

अ] फक्त एसी परिमाण

ब] फक्त DC प्रमाण

C] AC आणि DC दोन्ही प्रमाण

ड] धडधडणारे प्रमाण

154] गुरुत्वाकर्षण नियंत्रण वापरणारे साधन.. मध्ये वापरले तर ते बरोबर वाचेल.

अ] फक्तउभ्यास्थितीत

ब] फक्त क्षैतिज स्थिती

C] फक्त झुकलेली स्थिती

ड] कोणतेही पद

155] कायमस्वरूपी चुंबक हलवणाऱ्या कॉइल इन्स्ट्रुमेंटमध्ये खालीलपैकी कोणती ओलसर पद्धत वापरली जाते?

अ] हवा ओलावणे

ब] द्रवपदार्थ ओलावणे

क] स्प्रिंग ओलसर

ड] <u>एडीकरंटडॅम्पिंग</u>

156] मूव्हिंग कॉइल इन्स्ट्रुमेंट ... च्या प्रभावावर कार्य करते.

अ] रासायनिक प्रभाव

ब] हीटिंग इफेक्ट

सी] इलेक्ट्रोस्टॅटिक प्रभाव

ड] <u>इलेक्ट्रोमॅग्नेटिकप्रभाव</u>

157] विद्युत उर्जा मोजण्यासाठी तुमच्या घरी बसवलेले मीटर हे याचे उदाहरण आहे...

अ] संकेत प्रकार साधन

ब] रेकॉर्डिंग प्रकार साधन

C] <u>सूचितकरणारेतसेचरेकॉर्डिंगप्रकाराचेसाधन</u>

ड] इंटिग्रेटिंग टाईप इन्स्ट्रुमेंट

158]. कायम चुंबकासाठी खालीलपैकी कोणत्या साहित्याला प्राधान्य दिले जाते?

अ] <u>अल्निको</u>

ब] य-मिश्रधातू

C] सिलिकॉन स्टील

ड] लोह

159] ज्या वाद्याचे निरपेक्ष साधन म्हणून वर्गीकरण केले जाऊ शकते ते आहे...

अ] मिली ammeter

ब] सूक्ष्म ammeter

C] गॅल्व्हॅनोमीटर

ड] <u>स्पर्शिकागॅल्व्हनोमर</u>

160] खालीलपैकी कोणत्या पद्धतीचा वापर लोखंडी यंत्रामध्ये सामान्यतः केला जातो?

अ] <u>हवाओलावणे</u>

ब] द्रवपदार्थ ओलावणे

क] एडी करंट डॅम्पिंग

ड] स्निग्धता भिजवणे

161] फिरत्या लोखंडी उपकरणाचा विक्षेपित टॉर्क थेट प्रमाणात असतो.

अ] प्रवाह

ब] प्रवाहाचावर्ग

C] प्रवाहाचे वर्गमूळ

डी] व्होल्टेज

162]मध्यम प्रतिरोधकता थेट मोजण्यासाठी खालीलपैकी कोणता वापरला जातो?

अ] ammeter

ब] मेगर

क] ओममीटर

ड] व्होल्टमीटर

163] ओममीटर मोजण्यासाठी वापरले जाते ...

अ] इन्सुलेशन प्रतिरोध

ब] प्रतिकार

क] प्रवाह

ड] संभाव्य फरक

164] खालीलपैकी कोणता घटक ओममीटरचा भाग नाही?

अ] स्थिर रोधक

ब] व्हेरिएबल रेझिस्टर

C] कर्पॅसिटर

डी] बॅटरी

165] शंट ओममीटरमध्ये, कमाल विक्षेपण दर्शवते..

अ] कमालप्रतिकार

ब] किमान प्रतिकार

सी] मेगर मध्ये एक दोष

ड] यापैकी नाही

166].अज्ञात DC व्होल्टेज मोजायचे आहे, तुम्ही प्रथम कोणती मापन श्रेणी निवडाल?

A] 500V

ब] 50V

क] 1.5 व्ही

ड] 0.5V

167].मायक्रो अँपिअर रेटिंगचा अज्ञात डायरेक्ट करंट मोजायचा आहे, तुम्ही प्रथम कोणती मापन श्रेणी निवडाल?

अ] 20 मायक्रो अँप

ब] 15 मायक्रो अँप

C] 150 मायक्रो अँप

डी] <u>500 मायक्रोअँप</u>

168] मल्टीमीटर मोजू शकत नाही...

अ] प्रवाह

ब] संभाव्य फरक

C] c <u>apacitance</u>

ड] प्रतिकार

169] डायनॅमोमीटर प्रकार मोजण्यासाठी वापरले जातात ...

अ] फक्त एसी परिमाण

ब] <u>फक्त DC प्रमाण</u>

C] AC आणि DC दोन्ही

ड] फक्त स्पंदन करणारा एसी

170] वॉटमीटरमध्ये कोणता प्रभाव वापरला जातो?

अ] <u>इलेक्ट्रोडायनामिकप्रभाव</u>

ब] थर्मल इफेक्ट

क] रासायनिक प्रभाव

ड] इलेक्ट्रोस्टॅटिक प्रभाव

171] खाली सूचीबद्ध केलेले कोणते वाद्य AC आणि DC दोन्हीमध्ये वॉटमीटर म्हणून कार्यक्षमतेने कार्य करते?

A] PMMC साधन

ब] <u>डायनामोमीटरवाद्य</u>

क] गरम तार वाद्य

डी] एमआय इन्स्ड्रुमेंट

172] इलेक्ट्रोडायनामिक प्रकारचे साधन सामान्यतः मोजण्यासाठी वापरले जाते ...

अ] व्होल्टेज

ब] प्रवाह

C] प्रतिकार D]

173] जेव्हा ऊर्जा मीटरचा फेज आणि न्यूट्रल अदलाबदल होतो तेव्हा त्याची डिस्क...

अ] <u>उलटदिशेनेफिरते</u>

B] योग्य दिशेने फिरते

क] थांबेल

ड] हळूहळू फिरते

ई] उच्च वेगाने फिरते

174] जेव्हा ऊर्जा मीटरची चकती कोणतेही भार न जोडता फिरत असते तेव्हा त्रुटी म्हणतात.

अ] <u>रेंगाळणारीत्रुटी</u>

ब] फेज त्रुटी

C] घर्षण त्रुटी

डी] तापमान त्रुटी

175] AC सिंगल फेज एनर्जी मीटर्सच्या युनिटमध्ये ऊर्जेची नोंद करतात.

अ] <u>किलोवॅटतास</u>

ब] हजारो डिस्क रोटेशनची संख्या

C] व्होल्ट अँपिअर

D] किलो व्होल्ट अँपिअर

176] एक मेगर प्रतिकारशक्ती मोजतो...

अ] ओम

ब] शेकडो ओम

क] हजारो ओम

ड] <u>लाखोओम</u>

177] एक मेगर केवळ मोजण्यासाठी डिझाइन केलेले आहे..

अ] <u>खूपउच्चप्रतिकार</u>

ब] खूप कमी प्रतिकार

C] पॉवर लाईन्समधील ग्राउंड फॉल्ट्स

डी] डीसी मोटर्सवर जास्त भार

178] पाईप अर्थिंगसाठी स्टील पाईपच्या गॅल्वनाइज्ड लोहाचा किमान अंतर्गत व्यास आवश्यक आहे ...

अ] <u>12.5 मिमी</u>

ब] 16 मिमी

क] 3.5 मिमी

ड] 4 मी

179] पृथ्वीचा वाहक जमिनीवर जाण्यासाठी मार्ग प्रदान करतो..

अ] <u>गळतीकरंट</u>

ब] प्रवाहापेक्षा जास्त

C] उच्च व्होल्टेज

डी] सर्किट करंट

180] जर सर्किट कॉपर कंडक्टरचा आकार 10 चौरस-मिमी असेल तर GI] वायरमधील अर्थ कंडक्टरचा आकार ...

अ] 1.5 चौ.मी

ब] 2.5 चौ.मी

C] 5 चौ.मि.मी

ड] 10 चौ.मी

181] एक कॅलरी म्हणजे,,,

अ] 4187 जूल

ब] 418.7 ज्युल

C] 41.87 ज्युल्स

ड] ४.१८७ज्युल्स

182] बेअर हीटिंग एलिमेंटसह इलेक्ट्रिकल स्टोव्हची ऑपरेटिंग तापमान श्रेणी आहे...

A] 300० ते 400०C

ब] 500० ते 600०C

C] 550० ते 900०C

ड] 1100० ते 1300०C

183] कोणते उपकरण विद्युत प्रवाहाच्या गरम प्रभावावर कार्य करते?

अ] प्रदीप्त दिवा

ब] द्विधातु थर्मोस्टॅट

C] HRC फ्यूज

ड] टोस्टर

184] 1000 वॅट्स, 230V हीटर 500०C वर गरम करण्यासाठी निक्रोम वायरचा आकार किती आहे?

अ] 18 SWG

ब] 20SWG

C] 24 SWG

D] 25 SWG

185] हीटर बेससाठी वापरली जाणारी उष्णतारोधक सामग्री...

अ] अभ्रक

ब] पोर्सिलेन

क] अभ्रक

ड] काचेचे लोकर

186].स्वयंचलित विद्युत लोहाचा तापमान नियंत्रित करणारा घटक आहे...

अ] गरम करणारे घटक

ब] थर्मोस्टॅट

क] एकमेव प्लेट

ड] दाब प्लेट

187].ब्रेड टोस्टिंग झोन तापमान सुमारे आहे ...

A] 400०C

ब] 800∘C

C] <u>260∘C</u>

ड] 975∘C

188] जर वळण मिक्सर मोटरच्या मेटल केसशी विद्युत संपर्क साधत असेल तर वळण...

अ] <u>ग्राउंडकेलेले</u>

ब] ओपन सर्किट केलेले

सी] शॉर्ट सर्किट झाले

ड] सैल जोडलेले

189] जर रोटरचा शेवटचा शाफ्ट निळा झाला तर ते त्याचे संकेत आहे...

अ] स्कोअरिंग

ब] <u>जास्तगरमहोणे</u>

क] अतिशीत

ड] burring

190] फूड मिक्सरमध्ये कोणत्या प्रकारची मोटर वापरली जाते?

अ] डीसी शंट मोटर

ब] <u>युनिव्हर्सलमोटर</u>

C] कॅपेसिटर स्टार्ट मोटर

डी] कॅपेसिटर मोटर सुरू आणि चालवा

191] बहुतेक मिक्सरमध्ये मोटर कोणत्या स्थितीत बसविली जाते?

अ] <u>उभा</u>

ब] आडवा

क] कललेला

ड] समांतर

1. शक्तीचे SI एकक आहे

(a) हेन्री

(b) कूलंब

(c) <u>वॅट</u>

(d) वॅट-तास

2. विद्युत दाब देखील म्हणतात

(a) प्रतिकार

(b) शक्ती

(c) <u>व्होल्टेज</u>

(d) ऊर्जा

3. ज्या पदार्थांमध्ये मोठ्या प्रमाणात मुक्त इलेक्ट्रॉन असतात आणि ते कमी असतात प्रतिकार म्हणतात

(a) इन्सुलेटर

(b) प्रेरक

(c) अर्धवाहक

(d) कंडक्टर

4. खालीलपैकी कोणता खराब कंडक्टर नाही?

(अ) कास्ट लोह

(b) तांबे

(c) कार्बन

(d) टंगस्टन

5. खालीलपैकी कोणते इन्सुलेट सामग्री आहे?

(a) तांबे

(b) सोने

(c) चांदी

(d) कागद

6. कंडक्टरच्या गुणधर्मांमुळे तो विद्युत प्रवाह जातो

(a) प्रतिकार

(b) अनिच्छा

(c) आचरण

(d) अधिष्ठाता

7. आचरण हे परस्पर आहे

(a) प्रतिकार

(b) अधिष्ठाता

(c) अनिच्छा

(d) क्षमता

8. कंडक्टरचा प्रतिकार उलटा बदलतो

(a) लांबी

(b) क्रॉस-सेक्शनचेक्षेत्र

(c) तापमान

(d) प्रतिरोधकता

9. तापमान वाढीसह शुद्ध धातूंचा प्रतिकार

(a) वाढते

(b) कमी होते

(c) प्रथम वाढते आणि नंतर कमी होते

(d) स्थिर राहते

10. तापमानात वाढ झाल्याने अर्धवाहकांचा प्रतिकार

(a) कमीहोते

(b) वाढते

(c) प्रथम वाढते आणि नंतर कमी होते

(d) स्थिर राहते

11. 200 मीटर लांबीच्या तांब्याच्या तारेचा प्रतिकार 21 Q आहे. जर तिची जाडी (व्यास)

0.44 मिमी आहे, त्याचा विशिष्ट प्रतिकार सुमारे आहे

(a) 1.2 x 10~8 Qm

(b) 1.4 x 10~8 Qm

(c) 1.6 x 10""8 Qm

(d) 1.8 x 10"8 Qm

13. विद्युत प्रवाह ओळखणारे साधन म्हणून ओळखले जाते

(a) व्होल्टमीटर

(b) रिओस्टॅट

(c) वॅटमीटर

(d) गॅल्व्हानोमीटर

14. सर्किटमध्ये 33 Q रेझिस्टरमध्ये 2 A चा विद्युत् प्रवाह असतो. रेझिस्टरमधील व्होल्टेज

(a) 33 V

(b) ६६वि

(c) 80 V

(d) 132 V

15. लाइट बल्ब 300 mA काढतो जेव्हा त्याच्या ओलांडून व्होल्टेज 240 V असतो. लाइट बल्बचा प्रतिकार असतो

(a) 400 प्र

(b) ६०० प्र

(c) ८००प्र

(d) 1000 प्र

16. दोन शाखा असलेल्या समांतर सर्किटचा प्रतिकार 12 ohms आहे. जर एका शाखेचा प्रतिकार 18 ओम असेल तर दुसऱ्या शाखेचा प्रतिकार किती असेल?

(a) 18 प्र

(b) ३६प्र

(c) ४८ प्र

(d) ६४ प्र

17. समान सामग्रीच्या चार तारा, समान क्रॉस-सेक्शनल क्षेत्रफळ आणि समान लांबी समांतर कनेक्ट केल्यावर 0.25 Q चा प्रतिकार होतो. जर त्याच चार तारा जोडल्या गेल्या असतील तर प्रभावी प्रतिकार होईल.

(a) 1 प्र

(b) २ प्र

(c) ३ प्र

(d) ४प्र

18. 16 ॲंपिअरचा प्रवाह दोन शाखांमध्ये अनुक्रमे 8 ohms आणि 12 ohms च्या समांतर विभाजीत होतो. प्रत्येक शाखेत विद्युत प्रवाह आहे

(a) 6.4 A, 6.9 A

(b) 6.4 A, 9.6 A

(c) 4.6 A, 6.9 A

(d) 4.6 A, 9.6 A

19. तांबे कंडक्टरद्वारे वर्तमान वेग आहे

(a) विद्युत उर्जेच्या प्रसार वेगाप्रमाणेच

(b) वर्तमान ताकदीपासून स्वतंत्र

(c) काही ^.s/m च्याक्रमाने

(d) जवळपास 3 x 108 मी/से

20. खालीलपैकी कोणत्या सामग्रीमध्ये जवळजवळ शून्य तापमान सह-कार्यक्षमता आहे?

(a) मँगॅनिन

(b) पोर्सिलेन

(c) कार्बन

(d) तांबे

21. तुम्हाला रेडिओमध्ये 1500 क्यू रेझिस्टर बदलणे आवश्यक आहे. तुमच्याकडे 1500 Q रेझिस्टर नाही पण 1000 Q रेझिस्टर आहेत जे तुम्ही कनेक्ट कराल

(a) दोन समांतर

(b) दोनसमांतरआणिएकमालिका

(c) तीन समांतर

(d) मालिकेत तीन

22. जेव्हा दोन प्रतिरोधक मालिकेत जोडलेले असतात असे म्हणतात

(a) समानविद्युतप्रवाहदोन्हींमधूनउलटूनजातो

(b) दोन्ही प्रवाहाचे समान मूल्य धारण करतात

(c) एकूण प्रवाह शाखा प्रवाहांच्या बेरजेइतका असतो

(d) IR थेंबांची बेरीज लागू emf च्या बरोबरीची आहे

23. खालीलपैकी कोणते विधान मालिका आणि समांतर DC सर्किटसाठी खरे आहे?

(a) घटकांना वैयक्तिक प्रवाह असतात

(b) प्रवाह हे मिश्रित असतात

(c) व्होल्टेज ॲडिटीव्ह असतात

(d) <u>पॉवरॲडिटीव्हआहेत</u>

24. खालीलपैकी कोणत्या सामग्रीमध्ये नकारात्मक तापमान सह-कार्यक्षमता आहे?

(a) तांबे

(b) ॲल्युमिनियम

(c) <u>कार्बन</u>

(d) पितळ

25. ओमचा नियम लागू होत नाही

(a) <u>व्हॅक्यूमट्यूब</u>

(b) कार्बन प्रतिरोधक

(c) उच्च व्होल्टेज सर्किट्स

(d) कमी विद्युत् घनता असलेले सर्किट

26. विजेचा सर्वोत्तम वाहक कोणता आहे?

(a) लोह

(b) <u>चांदी</u>

(c) तांबे

(d) कार्बन

27. खालीलपैकी कोणत्यासाठी 'ॲंपिअर सेकंद' हे एकक असू शकते?

(a) अनिच्छा

(b) <u>शुल्क</u>

(c) शक्ती

(d) ऊर्जा

28. खालील सर्व वॅट वगळता समतुल्य आहेत

(a) (ॲंपिअर) ओम

(b) ज्युल्स/से.

(c) ॲंपिअर x व्होल्ट

(d) <u>ॲंपिअर/व्होल्ट</u>

29. 10 ohms, 10 W असे रेटिंग असलेले प्रतिरोधक असण्याची शक्यता आहे

(a) धातूचा रोधक

(b) कार्बन रेझिस्टर

(c) <u>वायरजखमेच्यारोधक</u>

(d) व्हेरिएबल रेझिस्टर

30. खालीलपैकी कोणत्यामध्ये नकारात्मक तापमान सह-कार्यक्षमता नाही?

(a) <u>ॲल्युमिनियम</u>

(b) कागद

(c) रबर

(d) मीका

31. Varistors आहेत

(a) इन्सुलेटर

(6) <u>नॉन-रेखीयप्रतिरोधक</u>

(c) कार्बन प्रतिरोधक

(d) शून्य तापमान गुणांक असलेले प्रतिरोधक

32. इन्सुलेट सामग्रीचे कार्य असते

(a) कंडक्टिंग वायर्समध्ये शॉर्ट सर्किट होण्यापासून रोखणे

(b) <u>व्होल्टेजस्त्रोतआणिलोडदरम्यानएकओपनसर्किटप्रतिबंधितकरणे</u>

(c) खूप मोठे प्रवाह चालवणे

(d) खूप उच्च प्रवाह साठवणे

33. फ्यूज वायरचे रेटिंग नेहमी मध्ये व्यक्त केले जाते

(a) ॲँपिअर-तास

(b) ॲँपिअर-व्होल्ट्स

(c) kWh

(d) <u>ॲँपिअर</u>

34. आयनवरील किमान शुल्क आहे

(a) अणूच्या अणुसंख्येइतका

(b) <u>इलेक्ट्रॉनच्याचार्जाइतके</u>

(c) अणू (#) शून्यातील इलेक्ट्रॉनच्या संख्येच्या चार्जाइतके

35. असमान प्रतिकारांसह मालिका सर्किटमध्ये

(a) सर्वात जास्त प्रतिरोधकतेमध्ये सर्वाधिक विद्युत् प्रवाह असतो

(b) सर्वात कमी प्रतिकारामध्ये सर्वाधिक व्होल्टेज ड्रॉप आहे

(c) सर्वात कमी प्रतिकारामध्ये सर्वाधिक विद्युत प्रवाह असतो

(d) <u>सर्वातजास्तरेझिस्टन्समध्येसर्वाधिकव्होल्टेजड्रॉपहोते</u>

36. इलेक्ट्रिक बल्बचा फिलामेंट बनलेला असतो

(a) कार्बन

(b) अॅल्युमिनियम

(c) टंगस्टन

(d) निकेल

37. 2 A करंट असणारा 3 Q रेझिस्टर ची शक्ती नष्ट करेल

(a) 2 वॅट्स

(b) 4 वॅट्स

(c) <u>6 वॅट्स</u>

(d) 8 वॅट्स

38. खालीलपैकी कोणते विधान सत्य आहे?

(a) समांतर कमी प्रतिकार असलेले गॅल्व्हनोमीटर हे व्होल्टमीटर आहे

(b) समांतर उच्च प्रतिकार असलेले गॅल्व्हनोमीटर हे व्होल्टमीटर आहे

(c) <u>मालिकेतीलगॅल्व्हॅनोमीटरचाप्रतिकारकमीअसणाराअॅमीटरआहे</u>

(d) मालिकेतील उच्च प्रतिकार असलेले गॅल्व्हनोमीटर हे अॅमीटर आहे

39. बंद इलेक्ट्रिकल सर्किटमध्ये वायर कंडक्टरच्या काही मीटरचा प्रतिकार असतो

(a) <u>व्यावहारिकदृष्ट्याशून्य</u>

(b) कमी

(c) उच्च

(d) खूप उच्च

40. मुख्य रेषेत समांतर सर्किट उघडल्यास, विद्युत् प्रवाह

(a) सर्वात कमी प्रतिकाराच्या शाखेत वाढते

(b) प्रत्येक शाखेत वाढते

(c) <u>सर्वशाखांमध्येशून्यआहे</u>

(d) सर्वोच्च प्रतिरोधक शाखेत शून्य आहे

41. जर 0.2 ohm रेझिस्टन्सच्या वायर कंडक्टरची लांबी दुप्पट केली तर त्याचा रेझिस्टन्स होतो

(a) <u>0.4 ohm</u>

(b) ०.६ ओम

(c) ०.८ ओम

(d) 1.0 ohm

42. 60 व्ही पॉवर लाईनवर तीन 60 डब्ल्यू बल्ब समांतर आहेत. एक बल्ब उघडला तर

(a) मुख्य लाईनमध्ये जड विद्युत् प्रवाह असेल

(b) उर्वरित दोन बल्ब उजळणार नाहीत

(c) तीनही बल्ब उजळेल

(d) <u>इतरदोनबल्बपेटतील</u>

43. प्रत्येकी 40 W चे चार बल्ब एक बॅटरी swift मालिकेत जोडलेले आहेत, खालीलपैकी कोणते विधान सत्य आहे?

(a) <u>प्रत्येकबल्बमधूनविद्युतप्रवाह</u>

(b) प्रत्येक बल्बमधील व्होल्टेज समान नाही

(c) प्रत्येक बल्बमधील पॉवर डिसिपेशन सारखे नसते

(d) वरीलपैकी काहीही नाही

44. Rl आणि Ri हे दोन रेझिस्टन्स व्होल्टेज स्त्रोतामधील मालिकेत जोडलेले आहेत जेथे Rl>Ri. सर्वात मोठी ड्रॉप ओलांडून असेल

(a) <u>Rl</u>

(b) Ri

(c) Rl किंवा Ri

(d) त्यापैकी एकही नाही

46. बंद स्विचचा प्रतिकार असतो

(a) <u>शून्य</u>

(b) सुमारे 50 ohms

(c) सुमारे 500 ohms

(d) अनंत

47. बल्बच्या फिलामेंटचा गरम प्रतिकार त्याच्या थंड प्रतिकारापेक्षा जास्त असतो कारण फिलामेंटचे तापमान सह-कार्यक्षम असते.

(a) शून्य

(b) नकारात्मक

(c) <u>सकारात्मक</u>

(d) सुमारे 2 ohms प्रति अंश

49. विद्युत प्रवाह वाहून नेणाऱ्या कंडक्टरवर इन्सुलेशन प्रदान केले आहे

(a) विद्युत प्रवाहाची गळती रोखण्यासाठी

(b) शॉक टाळण्यासाठी

(c) <u>वरीलदोन्हीघटक</u>

(d) वरीलपैकी कोणतेही घटक नाहीत

50. कंडक्टरवर प्रदान केलेल्या इन्सुलेशनची जाडी अवलंबून असते

(a) <u>कंडक्टरवरीलव्होल्टेजचेपरिमाण</u>

(b) त्यातून वाहणाऱ्या विद्युत प्रवाहाचे परिमाण

(c) दोन्ही (a) आणि (b)

(d) वरीलपैकी काहीही नाही

51. सीरिज सर्किटच्या सर्व भागांमध्ये खालीलपैकी कोणते प्रमाण समान राहते?

(a) व्होल्टेज

(b) <u>वर्तमान</u>

(c) शक्ती

(d) प्रतिकार

52. 40 W चा बल्ब रूम हीटरसह मालिकेत जोडलेला आहे. जर आता 40 W चा बल्ब 100 W च्या बल्बने बदलला तर हीटर आउटपुट होईल

(a) कमी

(b) <u>वाढ</u>

(c) समान राहते

(d) हीटर जळून जाईल

53. इलेक्ट्रिक केटलमध्ये पाणी 10 मीटर मिनिटांत उकळते. त्याच पुरवठा साधनांचा वापर करून 15 मिनिटांत बॉयलर उकळणे आवश्यक आहे

(a) <u>हीटिंगएलिमेंटचीलांबीकमीकेलीपाहिजे</u>

(b) हीटिंग एलिमेंटची लांबी वाढवली पाहिजे

(c) गरम घटकाच्या लांबीचा पाणी गरम झाल्यास त्यावर कोणताही परिणाम होत नाही

(d) वरीलपैकी काहीही नाही

54. इलेक्ट्रिक फिलामेंट बल्बपासून काम करता येते

(a) फक्त DC पुरवठा

(b) फक्त AC पुरवठा

(c) फक्त बॅटरी पुरवठा

(d) <u>वरीलसर्व</u>

55. लागू व्होल्टेज वाढल्याने टंगस्टन दिव्याचा प्रतिकार

(a) कमी होते

(b) <u>वाढते</u>

(c) समान राहते

(d) वरीलपैकी काहीही नाही

56. सर्किटमधून जाणारा विद्युत प्रवाह निर्माण होतो

(a) चुंबकीय प्रभाव

(b) चमकदार प्रभाव

(c) <u>थर्मलप्रभाव</u>

(d) रासायनिक प्रभाव

(e) वरील सर्व प्रभाव

57. जर सामग्रीचा प्रतिकार नेहमी कमी होतो

(a) सामग्रीचे तापमान कमी होते

(6) सामग्रीचे तापमान वाढते

(c) उपलब्ध मुक्त इलेक्ट्रॉन्सची संख्या अधिक होते

(d) वरीलपैकी काहीही बरोबर नाही

58. जर यंत्राची कार्यक्षमता जास्त असेल तर काय कमी असावे?

(a) इनपुट पॉवर

(b) नुकसान

(c) शक्तीचा खरा घटक

(d) kWh वापरले

(e) आउटपुट ते इनपुटचे गुणोत्तर

59. जेव्हा विद्युत प्रवाह धातूच्या कंडक्टरमधून जातो तेव्हा त्याचे तापमान वाढते. यामुळे आहे

(a) वहनइलेक्ट्रॉनआणिअणूयांच्यातीलटक्कर

(b) मूळ अणूंमधून वहन इलेक्ट्रॉन सोडणे

(c) धातूच्या अणूंमधील परस्पर टक्कर

(d) संवाहक इलेक्ट्रॉन्समधील परस्पर टक्कर

60. 250 V रेट केलेल्या 500 W आणि 200 W चे दोन बल्बचे प्रतिरोधक गुणोत्तर असे असेल

(अ) ४ : २५

(ब) २५ : ४

(c) २ : ५

(d) ५ : २

61. रेशमी कापडाने घासल्यावर काचेची रॉड चार्ज होते कारण

(a) ते प्रोटॉन घेते

(b) त्याचे अणू काढून टाकले जातात

(c) तेइलेक्ट्रॉनदेते

(d) ते सकारात्मक चार्ज देते

62. सर्किट AC असू शकते का. किंवा DC एक, खालील सर्वात प्रभावी आहे विद्युत् प्रवाहाची तीव्रता कमी करणे.

(a) अणुभट्टी

(b) कॅपेसिटर

(c) प्रेरक

(d) रेझिस्टर

63. ते काढणे अधिक कठीण होते

(a) कक्षेतील कोणताही इलेक्ट्रॉन

(६) कक्षेतील पहिला इलेक्ट्रॉन

(c) कक्षेतील दुसरा इलेक्ट्रॉन

(d) <u>कक्षेतीलतिसराइलेक्ट्रॉन</u>

64. जेव्हा समांतर सर्किटचा एक पाय उघडला जातो तेव्हा एकूण वर्तमान इच्छा बाहेर पडते

(a) कमी करा

(b) वाढ

(c) <u>कमी</u>

(d) शून्य होतात

65. दिव्याच्या लोडमध्ये जेव्हा एकापेक्षा जास्त दिवे एकूण रेझिस्टन्सवर स्विच केले जातात

लोड च्या

(a) वाढते

(b) <u>कमीहोते</u>

(c) समान राहते

(d) वरीलपैकी काहीही नाही

66. 100 W आणि 40 W चे दोन दिवे 230 V मध्ये मालिकेत जोडलेले आहेत (पर्यायी).

खालीलपैकी कोणते विधान बरोबर आहे?

(a) 100 W चा दिवा अधिक तेजस्वी होईल

(b) <u>40 W चादिवाअधिकतेजस्वीहोईल</u>

(c) दोन्ही दिवे सारखेच चमकतील

(d) 40 W चा दिवा फ्यूज होईल

67. 220 V, 100 W दिवाचा प्रतिकार असेल

(a) ४.८४ प्र

(b) ४८.४ प्र

(c) <u>४८४फूट</u>

(d) ४८४० प्र

68. थेट प्रवाहाच्या बाबतीत

(a) <u>विद्युतप्रवाहाचीपरिमाणआणिदिशास्थिरराहते</u>

(b) वेळेनुसार वर्तमान बदलांची परिमाण आणि दिशा

(c) वेळेनुसार वर्तमान बदलांचे परिमाण

(d) विद्युत् प्रवाहाची तीव्रता स्थिर राहते

६९. पाण्याने भरलेल्या बादलीतून जेव्हा विद्युत प्रवाह जातो तेव्हा भरपूर बुडबुडे होतात

निरीक्षण केले. हे सूचित करते की पुरवठ्याचा प्रकार आहे

(a) AC

(b) DC

(c) वरील दोनपैकी कोणतेही

(d) वरीलपैकी काहीही नाही

70. लागू व्होल्टेज वाढळ्याने कार्बन फिलामेंट दिवाचा प्रतिकार.

(a) वाढते

(b) कमीहोते

(c) समान राहते

(d) वरीलपैकी काहीही नाही

71. रस्त्यावरील दिवे मध्ये सर्व बल्ब जोडलेले आहेत

(a) समांतर

(b) मालिका

(c) मालिका-समांतर

(d) एंड-टू-एंड

72. चाचणी उपकरणांसाठी, चाचणी दिव्याचे वॅटेज असावे

(a) खूप कमी

(b) कमी

(c) उच्च

(d) कोणतेही मूल्य

७३. घरातील दिवा लावल्याने रेडिओमध्ये आवाज येतो. हे असे आहे कारण स्विचिंग ऑपरेशनचे उत्पादन होते

(a) विभक्तसंपर्कांवरचाप

(b) उच्च तीव्रतेचा यांत्रिक आवाज

(c) दोन्ही यांत्रिक आवाज आणि संपर्कांमधील चाप

(d) वरीलपैकी काहीही नाही

74. सर्किट जास्त असल्यामुळे लोड बंद केल्यावर स्पार्किंग होते

(a) प्रतिकार

(b) अधिष्ठाता

(c) क्षमता

(d) प्रतिबाधा

75. ठराविक लांबीची आणि रेझिस्टन्सची कॉपर वायर त्याच्या तिप्पट काढली जाते व्होल्यूममध्ये बदल न करता लांबी, वायरचा नवीन प्रतिकार होतो

(a) 1/9 वेळा

(b) 3 वेळा

(c) <u>9 वेळा</u>

(d) अपरिवर्तित

76. जेव्हा हीटरचा प्रतिरोधक घटक फ्यूज होतो आणि नंतर आपण त्याचा काही भाग काढून टाकल्यानंतर तो पुन्हा जोडतो तेव्हा हीटरची शक्ती

(a) कमी

(b) <u>वाढ</u>

(c) स्थिर राहणे

(d) वरीलपैकी काहीही नाही

77. शक्तीचे क्षेत्र फक्त दरम्यान अस्तित्वात असू शकते

(a) दोन रेणू

(b) <u>दोनआयन</u>

(c) दोन अणू

(d) दोन धातूचे कण

78. ज्या पदार्थाच्या रेणूंमध्ये भिन्न अणू असतात त्याला म्हणतात

(a) अर्धवाहक

(b) सुपर-कंडक्टो

(c) <u>कंपाऊंड</u>

(d) इन्सुलेटर

79. आंतरराष्ट्रीय ओम च्या रेझिस्टन्सच्या दृष्टीने परिभाषित केले आहे

(a) <u>पाराचाएकस्तंभ</u>

(b) कार्बनचा घन

(c) तांब्याचा घन

(d) वायरची एकक लांबी

80. तीन समान प्रतिरोधक प्रथम समांतर आणि नंतर मालिकेत जोडलेले आहेत. पहिल्या संयोगाचा परिणामी प्रतिकार दुसऱ्याला असेल

(a) 9 वेळा

(b) <u>1/9 वेळा</u>

(c) 1/3 वेळा

(d) 3 वेळा

91. प्रतिकारांच्या परिपूर्ण मापनासाठी कोणती पद्धत वापरली जाऊ शकते?

(a) लॉरेन्ट्झ पद्धत

(b) Releigh पद्धत

(c) ओमची नियम पद्धत

(d) <u>व्हीटस्टोनब्रिजपद्धत</u>

92. तीन 6 ओम प्रतिरोधक त्रिकोण तयार करण्यासाठी जोडलेले आहेत. कोणत्याही दोन कोपऱ्यांमधील प्रतिकार किती असतो?

(a) 3/2 प्र

(b 6 प्र

(c) ४प्र

(d) ८/३ प्र

93. ओमचा नियम लागू होत नाही

(a) <u>अर्धवाहक</u>

(b) DC सर्किट्स

(c) लहान प्रतिरोधक

(d) उच्च प्रवाह

94. दोन कॉपर कंडक्टरची लांबी समान असते. एका कंडक्टरचे क्रॉस-सेक्शनल क्षेत्र दुसऱ्या कंडक्टरच्या चौपट असते. जर लहान क्रॉससेक्शनल क्षेत्र असलेल्या कंडक्टरचा प्रतिकार 40 ohms असेल तर इतर कंडक्टरचा प्रतिकार असेल

(a) 160 ohms

(b) 80 ohms

(c) 20 ohms

(d) <u>10 ohms</u>

95. हीटर कॉइल म्हणून वापरल्या जाणाऱ्या निक्रोम वायरचा प्रतिकार 2 £2/m असतो. 200 V वर 1 kW च्या हीटरसाठी, वायरची लांबी आवश्यक असेल

(a) <u>80 मी</u>

(b) 60 मी

(c) 40 मी

(d) 20 मी

96. प्रतिरोधक तापमान सह-कार्यक्षमतेच्या दृष्टीने व्यक्त केले जाते

(a) ohms/°C

(b) mhos/ohm°C

(c) <u>ohms/ohm°C</u>

98. हीटर कॉइलमधून विद्युत प्रवाह वाहतो तेव्हा ते चमकते परंतु पुरवठा वायरिंग चमकत नाही कारण

(a) पुरवठा लाईनमधून प्रवाह कमी वेगाने वाहतो

(b) पुरवठा वायरिंग इन्सुलेशन लेयरने झाकलेली असते

(c) <u>हीटरकॉइलचाप्रतिकारपुरवठातारांपेक्षाजास्तअसतो</u>

(d) पुरवठ्याच्या तारा उत्तम सामग्रीच्या बनलेल्या असतात

99. ओमच्या कायद्यानुसार वैधतेची अट अशी आहे

(a) <u>प्रतिकारएकसमानअसणेआवश्यकआहे</u>

(b) विद्युत् प्रवाह प्रतिकाराच्या आकाराच्या प्रमाणात असावा

(c) प्रतिकार वायर जखमेचा प्रकार असावा

(d) सकारात्मक टोकावरील तापमान ऋण टोकावरील तापमानापेक्षा जास्त असावे

100. खालीलपैकी कोणते विधान बरोबर आहे?

(अ)

<u>सेमीकंडक्टरएकअशीसामग्रीआहेज्याचीचालकताकंडक्टरआणिइन्सुलेटरसारखीचअसते</u>

(b) अर्धवाहक एक अशी सामग्री आहे ज्यामध्ये धातू आणि विद्युतरोधक यांच्या चालकतेचे सरासरी मूल्य असते.

(c) सेमी-कंडक्टर असा आहे जो लागू केलेल्या व्होल्टेजपैकी फक्त अर्धा वाहून नेतो

(d) सेमी-कंडक्टर म्हणजे कंडक्टिंग मटेरियल आणि इन्सुलेटरच्या पर्यायी थरांनी बनवलेले साहित्य आहे

101. रिओस्टॅट पोटेंशियोमीटरपेक्षा भिन्न आहे

(a) कमी वॅटेज रेटिंग आहे

(b) <u>उच्चवॅटेजरेटिंगआहे</u>

(c) मोठ्या संख्येने वळणे आहेत

(d) मोठ्या प्रमाणात टॅपिंग ऑफर करते

102. समान विद्युत प्रतिकारासाठी समान क्रॉस-सेक्शनच्या कॉपर कंडक्टरच्या तुलनेत ॲल्युमिनियम कंडक्टरचे वजन आहे.

(अ) <u>५०%</u>

(ब) ६०%

(c) 100%

(d) 150%

103. ओपन रेझिस्टर, ओम-मीटर रीडसह तपासल्यावर

(a) शून्य

(b) <u>अनंत</u>

(c) उच्च परंतु सहनशीलतेच्या आत

(d) कमी पण शून्य नाही

104. बहुतेक धातूंपेक्षा कमी परंतु ठराविक इन्सुलेटरच्या तुलनेत बरीच जास्त विद्युत चालकता असलेली सामग्री आहे.

(a) वेरिस्टर

(b) थर्मिस्टर

(c) <u>अर्धवाहक</u>

(d) परिवर्तनीय प्रतिरोधक

105. सर्व चांगले कंडक्टर उच्च आहेत

(a) <u>आचरण</u>

(b) प्रतिकार

(c) अनिच्छा

(d) थर्मल चालकता

106. व्होल्टेज अवलंबित प्रतिरोधक सामान्यतः पासून बनविले जातात

(a) कोळसा

(b) सिलिकॉन कार्बाइड

(c) <u>निक्रोम</u>

(d) ग्रेफाइट

107. व्होल्टेजवर अवलंबून असलेले प्रतिरोधक वापरले जातात

(a) प्रेरक सर्किट्ससाठी

(b) <u>लाटदाबण्यासाठी</u>

(c) हीटिंग घटक म्हणून

(d) वर्तमान स्टॅबिलायझर्स म्हणून

108. प्रोटॉन आणि इलेक्ट्रॉनच्या वस्तुमानाचे गुणोत्तर जवळपास आहे

(a) <u>१८४०</u>

(b) १८४०

(c) ३०

(d) ४

109. कार्बन अणूच्या सर्वात बाह्य कक्षेत इलेक्ट्रॉनची संख्या आहे

(a) ३

(b) ४

(c) ६

(d) ७

110. समांतर जोडलेल्या तीन प्रतिकारांसह, प्रत्येकाने 20 W विघटित केल्यास व्होल्टेज स्त्रोताद्वारे पुरवलेली एकूण उर्जा समान असेल

(a) 10 W

(b) 20 W

(c) 40 W

(d) <u>60 W</u>

111. थर्मिस्टर आहे

(a) सकारात्मक तापमान गुणांक

(b) नकारात्मक तापमान गुणांक

(c) <u>शून्यतापमानगुणांक</u>

(d) परिवर्तनीय तापमान गुणांक

112. जर/, R आणि t अनुक्रमे वर्तमान, प्रतिरोध आणि वेळ असेल तर त्यानुसार ज्युलच्या नियमानुसार उत्पादित उष्णता याच्या प्रमाणात असेल

(a) <u>I2Rt</u>

(b) I2Rf

(c) I2R2t

(d) I2R2t*

113. निक्रोम वायर हे मिश्र धातु आहे

(a) शिसे आणि जस्त

(b) क्रोमियम आणि व्हॅनेडियम

(c) <u>निकेलआणिक्रोमियम</u>

(d) तांबे आणि चांदी

114. जेव्हा एक व्होल्टचा व्होल्टेज लागू केला जातो तेव्हा सर्किट एक मायक्रो ॲंपिअर विद्युत प्रवाह त्यातून वाहू देतो. सर्किटचे कंडक्टन्स आहे

(a) <u>1 n-mho</u>

(b) 106 mho

(c) 1 मिली-mho

(d) वरीलपैकी काहीही नाही

115. खालीलपैकी कोणत्यामध्ये नकारात्मक तापमान गुणांक असू शकतो?

(a) चांदीची संयुगे

(6) द्रव धातू

(c) धातूचे मिश्रण

(d) <u>इलेक्ट्रोलाइट्स</u>

116. आचरण : mho ::

(a) <u>प्रतिकार : ओम</u>

(b) कॅपेसिटन्स: हेन्री

(c) अधिष्ठापन : फरद

(d) लुमेन : स्टेरॅडियन

117. 1 angstrom समान आहे

(a) 10-8 मिमी

(b) 10″6 सेमी

(c) <u>10″10 मी</u>

(d) 10~14 मी

118. एक न्यूटन मीटर समान आहे

(a) एक वॅट

(b) <u>एकजूल</u>

(c) पाच जूल

(d) एक ज्युल सेकंद

1. कॉइलचा गुणधर्म ज्याद्वारे विद्युत प्रवाह चालू असताना काउंटर ईएमएफ त्यात प्रेरित होतो

गुंडाळीच्या माध्यमातून बदल म्हणून ओळखले जाते

(a) <u>स्व-प्रेरण</u>

(b) म्युच्युअल इंडक्टन्स

(c) इंडक्टन्सला मदत करणारी मालिका

(d) क्षमता

2. इलेक्ट्रोमॅग्नेटिक इंडक्शनच्या फॅराडेच्या नियमांनुसार, एक emf मध्ये प्रेरित होतो कंडक्टर जेव्हाही ते

(a) चुंबकीय प्रवाहाला लंब असतो

(b) चुंबकीय क्षेत्रात स्थित आहे

(c) <u>चुंबकीयप्रवाहकमीकरते</u>

(d) चुंबकीय क्षेत्राच्या दिशेला समांतर हलते

3. खालीलपैकी कोणता सर्किट घटक इलेक्ट्रोमॅग्नेटिकमध्ये ऊर्जा साठवतो फील्ड?

(a) <u>अधिष्ठाता</u>

(b) कंडेनसर

(c) व्हेरिएबल रेझिस्टर

(d) प्रतिकार

4. कॉइलचा इंडक्टन्स पुढील सर्व परिस्थितींशिवाय वाढेल

(a) <u>जेव्हासमानसंख्येच्यावळणांसाठीअधिकलांबीप्रदानकेलीजाते</u>

(6) जेव्हा कॉइलच्या वळणांची संख्या वाढते

(c) जेव्हा प्रत्येक वळणासाठी अधिक क्षेत्र प्रदान केले जाते

(d) जेव्हा कोरची पारगम्यता वाढते

5. कॉइलचे स्व-प्रेरण जास्त,

(a) त्याचे वेबर-वळण कमी

(b) प्रेरित emf कमी करा

(c) त्यातून निर्माण होणारा प्रवाह जास्त

(d) <u>त्याद्वारेस्थिरविद्युत्प्रवाहस्थापितकरण्यातअधिकविलंब</u>

6. लोखंडी कोरड कॉइलमध्ये लोखंडी कोर काढून टाकला जातो ज्यामुळे कॉइल एअर कॉर्ड कॉइल बनते. गुंडाळी च्या inductance होईल

(a) वाढ

(b) <u>कमी</u>

(c) तसेच राहतील

(d) सुरुवातीला वाढ आणि नंतर कमी

7. एक ओपन कॉइल आहे

(a) शून्य प्रतिकार आणि प्रेरण

(b) <u>अनंतप्रतिकारआणिशून्यप्रेरकता</u>

(c) अमर्याद प्रतिकार आणि सामान्य प्रेरण

(d) शून्य प्रतिकार आणि उच्च इंडक्टन्स

8. वळणांची संख्या आणि प्रेरक कॉइलची कोर लांबी या दोन्ही दुप्पट आहेत. त्याचे स्व-प्रेरण असेल

(a) अप्रभावित

(b) <u>दुप्पट</u>

(c) अर्धवट

(d) चौपट

9. जर कंडक्टरमध्ये विद्युत प्रवाह वाढला तर लेन्झच्या नियमानुसार स्वयं-प्रेरित व्होल्टेज होईल

(a) वाढत्या प्रवाहाला मदत करते

(b) चालू-भाड्याची रक्कम कमी करण्याकडे कल

(c) <u>वाढत्याप्रवाहाच्याविरुद्धविद्युतप्रवाहनिर्माणकरा</u>

(d) लागू व्होल्टेजला मदत करा

10. प्रेरित emf ची दिशा द्वारे शोधता येते

(a) लाप्लेसचा कायदा

(b) <u>लेन्झचाकायदा</u>

(c) फ्लेमिंगचा उजव्या हाताचा नियम

(d) किर्चहॉफचा व्होल्टेज कायदा

11. एअर-कोर कॉइल व्यावहारिकरित्या मुक्त आहेत

(a) हिस्टेरेसिसचे नुकसान

(b) एडी वर्तमान तोटा

(c) <u>दोन्ही (a) आणि (b)</u>

(d) वरीलपैकी काहीही नाही

12. कंडक्टरमधील प्रेरित ईएमएफचे परिमाण यावर अवलंबून असते

(a) चुंबकीय क्षेत्राची प्रवाह घनता

(b) फ्लक्स कटचे प्रमाण

(c) फ्लक्स लिंकेजचे प्रमाण

(d) <u>फ्लक्स-लिंकेजच्याबदलाचादर</u>

13. दोन चुंबकीय जोडलेल्या कॉइलमधील परस्पर इंडक्टन्स यावर अवलंबून असते

(a) गाभ्याची पारगम्यता

(b) त्यांच्या वळणांची संख्या

(c) त्यांच्या सामान्य गाभ्याचे क्रॉस-सेक्शनल क्षेत्र

(d) <u>वरीलसर्व</u>

14. लॅमिनेटेड लोह कोरमुळे एडी-करंट नुकसान कमी झाले आहे कारण

(a) कॉइलमध्ये कमी डीसी रेझिस्टन्ससह जास्त वायर वापरता येतात

(b) <u>लॅमिनेशनएकमेकांपासूनइन्सुलेटेडआहेत</u>

(c) चुंबकीय प्रवाह कोरच्या हवेच्या अंतरामध्ये केंद्रित आहे

(d) लॅमिनेशन लंबवत स्टॅक केलेले आहेत

15. प्रेरित ईएमएफ आणि करंट नेहमी त्यांना निर्माण करणाऱ्या कारणाला विरोध करतात असा कायदा आहे

(a) फॅराडे

(b) <u>लेन्झ</u>

(c) न्यूटन

16. खालीलपैकी कोणते इंडक्टन्सचे एकक नाही?

(a) हेन्री

(b) <u>कुलॉम्ब/व्होल्टअँपिअर</u>

(c) व्होल्ट सेकंद प्रति अँपिअर

(d) वरील सर्व

17. इंडक्टन्सच्या बाबतीत, करंट त्याच्या प्रमाणात आहे

(a) इंडक्टन्स ओलांडून व्होल्टेज

(b) <u>चुंबकीयक्षेत्र</u>

(c) दोन्ही (a) आणि (b)

(d) ना (a) किंवा (b)

18. खालीलपैकी कोणते सर्किट घटक सर्किट करंटमधील बदलाला विरोध करतील?

(a) क्षमता

(b) <u>अधिष्ठाता</u>

(c) प्रतिकार

(d) वरील सर्व

19. पूर्णपणे प्रेरक सर्किटसाठी खालीलपैकी कोणते सत्य आहे?

(a) उघड शक्ती शून्य आहे

(b) सापेक्ष शक्ती शून्य आहे

(c) <u>सर्किटचीवास्तविकशक्तीशून्यआहे</u>

(d) सर्किटमध्ये असले तरीही कोणतीही कॅपेसिटन्स चार्ज होणार नाही

20. खालीलपैकी कोणते इंडक्टन्सचे एकक आहे?

(a) ओम

(b) <u>हेन्री</u>

(c) अँपिअर वळणे

(d) वेबर्स/मीटर

21. इंडक्टन्स 4H च्या कॉइलमध्ये 16 व्होल्टचा ईएमएफ प्रेरित केला जातो. वर्तमान बदलाचा दर असणे आवश्यक आहे

(a) 64 A/s

(b) 32 A/s

(c) 16 A/s

(d) <u>4 A/s</u>

22. कॉइलच्या कोरची लांबी 200 मिमी असते. कॉइलची इंडक्टन्स 6 mH आहे. जर कोर लांबी दुप्पट केली तर, इतर सर्व परिमाण, समान राहिल्यास, इंडक्टन्स असेल

(a) <u>3 mH</u>

(b) 12 mH

(c) 24mH

(d) 48mH

23. दोन कॉइलचे सेल्फ इंडक्टन्स 8 mH आणि 18 mH आहेत. जर कपलिंगचे सह-कार्यक्षमता 0.5 असेल, तर कॉइलचे परस्पर प्रेरण

(a) 4 mH

(b) 5 mH

(c) <u>6 mH</u>

(d) 12 mH

24. दोन कॉइलमध्ये 8 mH आणि 18 mH ची इंडक्टन्स असते आणि 0.5 च्या कपलिंगची सह-कार्यक्षमता असते. जर दोन कॉइल्स सीरीज एडिंगमध्ये जोडलेले असतील तर एकूण इंडक्टन्स असेल

(a) 32 mH

(b) <u>38 mH</u>

(c) 40 mH

(d) 48 mH

25. 200 टर्न कॉइलमध्ये 12 mH ची इंडक्टन्स असते. वळणांची संख्या 400 वळणांपर्यंत वाढवल्यास, इतर सर्व परिमाण (क्षेत्र, लांबी इ.) समान राहिल्यास, इंडक्टन्स असेल

(a) 6 mH

(b) 14 mH

(c) 24 mH

(d) <u>48 mH</u>

26. दोन कॉइलमध्ये 10 H आणि 2 H चे स्व-प्रेरण असते, म्युच्युअल इंडक्टन्स शून्य असते. जर दोन कॉइल्स मालिकेत जोडलेले असतील, तर एकूण इंडक्टन्स असेल

(a) 6 एच

(b) 8 एच

(c) <u>१२एच</u>

(d) २४ एच

27. कॉइल 1 मधील विद्युत प्रवाहातील सर्व प्रवाह कॉइल 2 शी जोडल्यास, कपलिंगचा सह-कार्यक्षमता असेल

(a) 2.0

(b) <u>1.0</u>

(c) ०.५

(d) शून्य

28. नगण्य प्रतिकार असलेल्या कॉइलमध्ये 10 एमए सह 50V असते. आगमनात्मक प्रतिक्रिया आहे

(a) 50 ohms

(b) 500 ohms

(c) 1000 ohms

(d) <u>5000 ohms</u>

29. 2 मीटर लांबीचा कंडक्टर 12.5 m/s च्या वेगासह फ्लक्स डेन्सिटी 1 टेस्लाच्या चुंबकीय क्षेत्राकडे काटकोनात फिरतो. कंडक्टरमध्ये प्रेरित emf असेल

(a) 10 V

(6) 15 व्ही

(c) <u>25V</u>

(d) 50V

30. लेन्झचा कायदा हा संवर्धनाच्या कायद्याचा परिणाम आहे

(a) प्रेरित विद्युत प्रवाह

(b) शुल्क

(c) <u>ऊर्जा</u>

(d) प्रेरित emf

31. कंडक्टर 1.1 टेस्लाच्या चुंबकीय क्षेत्रामध्ये 60° च्या खाली 125 अँपिअर विद्युत प्रवाह वाहून नेतो. कंडक्टरवर बल असेल

जवळजवळ

(अ) ५० एन

(b) <u>120 N</u>

(c) 240 N

(d) ४८० एन

32. 0.67 टेस्ला फ्लक्स घनता असलेल्या चुंबकीय क्षेत्राकडे काटकोनात 50 अँपिअरचा विद्युत् प्रवाह वाहून नेणाऱ्या 3m लांबीच्या कंडक्टरवर कार्य करणारे बल शोधा.

(a) <u>100 N</u>

(b) 400 N

(c) ६०० एन

(d) 1000 N

33. दोन एअर कोर कॉइलमधील कपलिंगचे सह-कार्यक्षमतेवर अवलंबून असते

(a) फक्त दोन कॉइलचे स्व-प्रेरण

(b) केवळ दोन कॉइल्समधील म्युच्युअल इंडक्टन्स

(c) <u>म्युच्युअलइंडक्टन्सआणिदोनकॉइलचेसेल्फइंडक्टन्स</u>

(d) वरीलपैकी काहीही नाही

34. 0.5 सेकंदात होणाऱ्या फ्लक्समधील बदलामुळे 250 टर्न सोलेनॉइडमध्ये 10 V चा सरासरी व्होल्टेज येतो. एकूण प्रवाह बदल आहे

(a) 20 Wb

(b) 2 Wb

(c) 0.2 Wb

(d) <u>0.02 Wb</u>

35. एक 500 टर्न सोलेनॉइड सरासरी प्रेरित व्होल्टेज 60 V विकसित करतो. असा व्होल्टेज तयार करण्यासाठी कोणत्या कालावधीत 0.06 Wb चा फ्लक्स बदल झाला पाहिजे?

(a) ०.०१ से

(b) 0.1 से

(c) <u>०.५से</u>

(d) 5 से

36. कोणत्या fpllowing inductor मध्ये सर्वात कमी एडी करंट तोटा असेल?

(a) <u>एअरकोर</u>

(b) लॅमिनेटेड लोह कोर

(c) लोह कोर

(d) चूर्ण केलेले लोह कोर

37. एक कॉइल 350 mV प्रेरित करते जेव्हा वर्तमान 1 A/s च्या दराने बदलते. इंडक्टन्सचे मूल्य आहे

(a) 3500 mH

(b) <u>350 mH</u>

(c) 250 mH

(d) 150 mH

38. म्युच्युअल कपलिंगशिवाय मालिकेतील दोन 300 uH कॉइलमध्ये एकूण इंडक्टन्स आहे

(a) 300 uH

(b) <u>600 uH</u>

(c) 150 uH

(d) 75 uH

39. एका सेकंदात 8 A वरून 12 A मध्ये बदलणारा विद्युत् प्रवाह कॉइलमध्ये 20 व्होल्ट प्रेरित करतो. इंडक्टन्सचे मूल्य आहे

(a) 5 mH

(b) 10 mH

(c) <u>5 एच</u>

(d) 10 एच

40. सर्किट करंटमधील बदलाला कोणते सर्किट घटक विरोध करतील?

(a) फक्त प्रतिकार

(b) <u>केवळ प्रेरण</u>

(c) फक्त क्षमता

(d) इंडक्टन्स आणि कॅपेसिटन्स

41. इंडक्टरच्या चुंबकीय मार्गामध्ये क्रॅक निर्माण होईल

(a) अपरिवर्तित अधिष्ठाता

(b) वाढलेली अधिष्ठाता

(c) शून्य अधिष्ठाता

(d) <u>कमी अधिष्ठाता</u>

42. एक कॉइल लोखंडी कोरवर जखमेच्या आहे ज्यामध्ये विद्युत प्रवाह I वाहून जातो. कॉइलमधील स्वयं-प्रेरित व्होल्टेज प्रभावित होत नाही

(a) कॉइल करंटमधील फरक

(b) <u>कॉइलमधील व्होल्टेजमधील फरक</u>

(c) कॉइलच्या वळणांच्या संख्येत बदल

(d) चुंबकीय मार्गाचा प्रतिकार

1. ट्रान्झिस्टरमध्ये .... असतो

अ] एक pn जंक्शन

ब] दोन pn जंक्शन

C] तीन pn जंक्शन

ड] चार pn जंक्शन

2. ट्रान्झिस्टरमधील क्षीण थरांची संख्या .... आहे.

अ] चार

ब] तीन

सुळका

ड] दोन

3. ट्रान्झिस्टरचा पाया .... डोप केलेला असतो

अ] भारी

ब] माफक प्रमाणात

क] हलके

D] वरीलपैकी काहीही नाही

4. ट्रान्झिस्टरमध्ये सर्वात मोठा आकार असणारा घटक म्हणजे ....

अ] संग्राहक

ब] आधार

क] उत्सर्जक

ड] कलेक्टर-बेस-जंक्शन

5. pnp ट्रान्झिस्टरमध्ये, वर्तमान वाहक .... आहेत.

अ] स्वीकारणारा आयन

ब] दाता आयन

C] मुक्त इलेक्ट्रॉन

ड] छिद्र

6. ट्रान्झिस्टरचा संग्राहक .... आहे. डोप केलेले

अ] भारी

ब] माफकप्रमाणात

क] हलके

D] वरीलपैकी काहीही नाही

7. ट्रान्झिस्टर हे .... ऑपरेट केलेले उपकरण आहे

अ] प्रवाह

ब] व्होल्टेज

C] व्होल्टेज आणि करंट दोन्ही

D] वरीलपैकी काहीही नाही

8. एनपीएन ट्रान्झिस्टरमध्ये, ... अल्पसंख्याक वाहक आहेत

अ] मुक्त इलेक्ट्रॉन

ब] छिद्र

क] दाता आयन

डी] स्वीकारणारा आयन

9. ट्रान्झिस्टरचा उत्सर्जक .... डोप केलेला असतो

अ] हलकेच

ब] भारी

क] माफक प्रमाणात

D] वरीलपैकी काहीही नाही

10. ट्रान्झिस्टरमध्ये, बेस करंट हा एमिटर करंटच्या .... इतका असतो

अ] २५%

ब] २०%

क] ३५%

ड] ५%

11. ट्रान्झिस्टरच्या बेस-एमिटर जंक्शन्सवर, एखाद्याला .... आढळते.

अ] एक उलट पूर्वाग्रह

ब] एक विस्तृत क्षीणता थर

क] कमीप्रतिकार

D] वरीलपैकी काहीही नाही

12. ट्रान्झिस्टरचा इनपुट प्रतिबाधा .... आहे.

उंच

ब] कमी

क] खूप उच्च

ड] जवळजवळ शून्य

13. एमिटर मधील बहुतेक बहुसंख्य वाहक ....

अ] बेसमध्ये पुन्हा एकत्र करा

ब] एमिटरमध्ये पुन्हा एकत्र करा

क] बेसप्रदेशातूनकलेक्टरकडेजा

D] वरीलपैकी काहीही नाही

14. वर्तमान IB .... आहे.

अ] इलेक्ट्रॉनप्रवाह

ब] भोक प्रवाह

क] दाता आयन करंट

डी] स्वीकारणारा आयन प्रवाह

15. ट्रान्झिस्टरमध्ये ....

A] $IC = IE + IB$

B] $IB = IC + IE$

C] $IE = IC - IB$

D] $\underline{IE = IC + IB}$

16. ट्रान्झिस्टरचे a चे मूल्य .... आहे.

अ] १ पेक्षा जास्त

ब] $\underline{१ पेक्षा कमी}$

क] १

D] वरीलपैकी काहीही नाही

17. $IC = aIE +$ ....

A] IB

ब] आयसीईओ

C] $\underline{ICBO}$

ड] ßIB

18. ट्रान्झिस्टरचा आउटपुट प्रतिबाधा .... आहे.

अ] $\underline{उच्च}$

ब] शून्य

क] कमी

ड] खूप कमी

19. टॅन्सिस्टरमध्ये, $IC = 100$ mA आणि $IE = 100.2$ mA. ß चे मूल्य ....

अ] 100

ब] 50

क] सुमारे १

ड] $\underline{200}$

20. ट्रान्झिस्टरमध्ये जर ß = 100 आणि कलेक्टर करंट 10 mA असेल, तर IE आहे ....

A] 100 mA

ब] $\underline{100.1 mA}$

C] 110 mA

D] वरीलपैकी काहीही नाही

२१. ß आणि a मधील संबंध .... आहे.

A] ß = 1 / (1 – a)

B] ß = (1 – a) / a

C] ß = a / (1 – a)

D] ß = a / (1 + a)

22. ट्रान्झिस्टरसाठी ß चे मूल्य साधारणपणे .... असते.

अ] 1 पेक्षा कमी

ब] 20 ते 500 दरम्यान

क] ५००च्यावर

23. सर्वात जास्त वापरलेली ट्रान्झिस्टर व्यवस्था .... व्यवस्था आहे

अ] सामान्यउत्सर्जक

ब] सामान्य आधार

C] सामान्य संग्राहक

D] वरीलपैकी काहीही नाही

24. .... व्यवस्था मध्ये जोडलेल्या ट्रान्झिस्टरचा इनपुट प्रतिबाधा सर्वोच्च आहे

अ] सामान्य उत्सर्जक

ब] सामान्यसंग्राहक

क] सामान्य आधार

D] वरीलपैकी काहीही नाही

25. .... मध्ये जोडलेल्या ट्रान्झिस्टरचा आउटपुट प्रतिबाधा.

अ] व्यवस्था सर्वोच्च आहे

ब] सामान्य उत्सर्जक

क] सामान्यसंग्राहक

ड] सामान्य आधार

वरीलपैकी काहीही नाही

26. कॉमन बेस व्यवस्थेतील इनपुट आणि आउटपुट व्होल्टेजमधील फेज फरक .... आहे.

अ] 180 ओ

ब] 90 ओ

C] 270o

D] 0o

27. .... मध्ये जोडलेल्या ट्रान्झिस्टरमधील पॉवर गेन. व्यवस्था सर्वोच्च आहे

अ] सामान्यउत्सर्जक

ब] सामान्य आधार

क] सामान्य संग्राहक

D] वरीलपैकी काहीही नाही

28. कॉमन एमिटर व्यवस्थेमध्ये जोडलेल्या ट्रान्झिस्टरच्या इनपुट आणि आउटपुट व्होल्टेजमधील फेज फरक .... आहे.

A] 0o

ब] <u>180 ओ</u>

C] 90o

D] 270o

29. .... मध्ये जोडलेल्या ट्रान्झिस्टरमधील व्होल्टेज वाढणे. व्यवस्था सर्वोच्च आहे

अ] सामान्य आधार

ब] सामान्य संग्राहक

C] <u>सामान्यउत्सर्जक</u>

D] वरीलपैकी काहीही नाही

30. ट्रान्झिस्टरचे तापमान जसजसे वाढते तसतसे बेस-एमिटर प्रतिरोध ....

अ] <u>कमीहोते</u>

ब] वाढते

क] तसाच राहतो

D] वरीलपैकी काहीही नाही

31. कॉमन कलेक्टरमध्ये जोडलेल्या ट्रान्झिस्टरचा व्होल्टेज वाढणे

अ] व्यवस्था आहे ....

ब] १ च्या समान

C] 10 पेक्षा जास्त

ड] <u>1 पेक्षाजास्त 100 कमी</u>

32. कॉमन कलेक्टर व्यवस्थेमध्ये जोडलेल्या ट्रान्झिस्टरच्या इनपुट आणि आउटपुट व्होल्टेजमधील फेज फरक .... आहे.

अ] 180 ओ

ब] <u>0o</u>

C] 90o

D] 270o

33. $IC = ß\ IB + $ ....

अ] ICBO

ब] आयसी

क] <u>आयसीईओ</u>

डी] aIE

34. $IC = [a / (1 - a)]\ IB + $ ....

अ] <u>आयसीईओ</u>

ब] ICBO

क] आयसी

D] (1 – a) IB

35. IC = [a / (1 – a)] IB + [........ / (1 – a)]

अ] <u>ICBO</u>

ब] आयसीईओ

क] आयसी

ड] IE

36. BC 147 ट्रान्झिस्टर असे दर्शवितो की ते ....पासून बनलेले आहे.

अ] जर्मेनियम

ब] <u>सिलिकॉन</u>

C] कार्बन

D] वरीलपैकी काहीही नाही

37. ICEO = (.........) ICBO

अ] ß1

ब] + अ

क] <u>1 + ß</u>

D] वरीलपैकी काहीही नाही

38. सीबी मोडमध्ये ट्रान्झिस्टर जोडलेले आहे. जर ते CE मोडमध्ये समान बायस व्होल्टेजसह कनेक्ट केलेले नसेल, तर IE, IB आणि IC ची मूल्ये .... होतील.

अ] <u>तसाचराहतो</u>

ब] वाढ

क] घट

D] वरीलपैकी काहीही नाही

39. a चे मूल्य 0.9 असल्यास, ß चे मूल्य .... आहे.

अ] ९

ब] ०.९

क] 900

ड] <u>९०</u>

40. ट्रान्झिस्टरमध्ये .... सर्किटमधून सिग्नल ट्रान्सफर केला जातो

अ] कमी प्रतिकार करण्यासाठी उच्च प्रतिकार

ब] <u>उच्चप्रतिकारकरण्यासाठीकमीप्रतिकार</u>

सी] उच्च प्रतिकार उच्च प्रतिकार

ड] कमी प्रतिकार कमी प्रतिकार

41. ट्रान्झिस्टरच्या चिन्हातील बाण दिशा दर्शवतो

च्या ....

अ] उत्सर्जक मध्ये इलेक्ट्रॉन प्रवाह

ब] संग्राहकामध्ये इलेक्ट्रॉन प्रवाह

C] <u>उत्सर्जकमध्येछिद्रप्रवाह</u>

ड] दाता आयन करंट

42. CE व्यवस्थेतील गळती करंट .... आहे. की सीबी व्यवस्थेत

अ] <u>पेक्षाजास्त</u>

ब] पेक्षा कमी

क] समान

D] वरीलपैकी काहीही नाही

43. सामान्यतः ट्रान्झिस्टरसह उष्मा सिंकचा वापर ....

अ] फॉरवर्ड करंट वाढवा

ब] फॉरवर्ड करंट कमी करा

C] अत्यधिक डोपिंगची भरपाई

डी] <u>तापमानातजास्तवाढहोण्यासप्रतिबंधकरा</u>

44. उत्पादनात सर्वाधिक वापरले जाणारे सेमीकंडक्टर a

ट्रान्झिस्टर आहे ....

अ] जर्मेनियम

ब] <u>सिलिकॉन</u>

C] कार्बन

D] वरीलपैकी काहीही नाही

45. ट्रान्झिस्टरमधील कलेक्टर-बेस जंक्शनमध्ये ....

अ] नेहमी फॉरवर्ड बायस

ब] <u>नेहमीउलटपूर्वाग्रह</u>

क] कमी प्रतिकार

D] वरीलपैकी काहीही नाही

1. ट्यून केलेला ॲम्प्लीफायर .... वापरतो. भार

अ] प्रतिरोधक

ब] कॅपेसिटिव्ह

क] <u>LC टाकी</u>

ड] आगमनात्मक

2. ट्यून केलेले ॲम्प्लीफायर साधारणपणे .... मध्ये चालवले जाते. ऑपरेशन

अ] वर्ग अ

ब] वर्ग क

क] वर्ग ब

ड] वरीलपैकी काहीही नाही

3. ट्यून्ड ॲम्प्लिफायर .... ॲप्लिकेशन्समध्ये वापरला जातो

अ] रेडिओवारंवारता

ब] कमी वारंवारता

C] ऑडिओ वारंवारता

ड] वरीलपैकी काहीही नाही

4. .... kHz वरील फ्रिक्वेन्सीला रेडिओ फ्रिक्वेन्सी म्हणतात

अ] २१

ब] ०

क] 50

ड] 200

6. ट्यून केलेल्या ॲम्प्लीफायरचा व्होल्टेज गेन .... आहे. अनुनाद वारंवारता वर

अ] किमान

ब] कमाल

C] कमाल आणि किमान दरम्यान अर्धा मार्ग

ड] शून्य

7. समांतर रेझोनान्सवर, रेषा प्रवाह .... आहे.

अ] किमान

ब] कमाल

क] बराच मोठा

ड] वरीलपैकी काहीही नाही

8. मालिका रेझोनान्समध्ये, सर्किट .... प्रतिबाधा देते

अ] शून्य

ब] कमाल

क] किमान

ड] वरीलपैकी काहीही नाही

9. रेझोनंट सर्किटमध्ये .... घटक असतात

A] R आणि L फक्त

B] R आणि C फक्त

क] फक्त आर

D] L आणि C

10. मालिका किंवा समांतर रेझोनान्समध्ये, सर्किट .... लोड म्हणून वागते

अ] कॅपेसिटिव्ह

ब] <u>प्रतिरोधक</u>

क] आगमनात्मक

ड] वरीलपैकी काहीही नाही

11. मालिका रेझोनान्सच्या वेळी, L ओलांडून व्होल्टेज .... आहे. सी ओलांडून व्होल्टेज

A] <u>च्याबरोबरीच्यापणटप्प्यातविरुद्ध</u>

ब] च्या बरोबरीने पण टप्प्यात

C] पेक्षा मोठे पण सह टप्प्यात

D] पेक्षा कमी पण सह टप्प्यात

12. जेव्हा L किंवा C एकतर वाढवले जाते, तेव्हा LC सर्किटची रेझोनंट वारंवारता ....

अ] तसाच राहतो

ब] वाढते

क] <u>कमीहोते</u>

ड] अपुरा डेटा

13. समांतर रेझोनान्समध्ये, निव्वळ प्रतिक्रियात्मक घटक सर्किट करंट .... आहे.

अ] कॅपेसिटिव्ह

ब] <u>शून्य</u>

क] आगमनात्मक

ड] वरीलपैकी काहीही नाही

14. समांतर रेझोनान्समध्ये, सर्किट प्रतिबाधा .... आहे.

A] C/LR

B] R/LC

C] CR/L

D] <u>L/CR</u>

15. समांतर LC सर्किटमध्ये, इनपुट सिग्नल फ्रिक्वेंसी रेझोनंट फ्रिक्वेंसीपेक्षा वाढल्यास ....

A] <u>XL वाढतेआणि XC कमीहोते</u>

ब] XL कमी होते आणि XC वाढते

C] XL आणि XC दोन्ही वाढतात

D] XL आणि XC दोन्ही कमी होतात

16. LC सर्किटचा Q .... ने दिला आहे.

A] 2pfr x R

B] R/2pfrL

क] <u>2pfrL/R</u>

D] R2/2pfrL

17. जर LC सर्किटचा Q वाढला, तर बँडविड्थ ....

अ] वाढते

ब] <u>कमीहोते</u>

क] तसाच राहतो

ड] अपुरा डेटा

18. मालिका रेझोनान्समध्ये, सर्किट करंटचा निव्वळ प्रतिक्रियात्मक घटक .... आहे.

अ] <u>शून्य</u>

ब] प्रेरक

क] कॅपेसिटिव्ह

ड] वरीलपैकी काहीही नाही

19. L/CR ची परिमाणे .... आहेत.

अ] फराड

ब] हेन्री

क] <u>ओम</u>

ड] वरीलपैकी काहीही नाही

20. समांतर LC सर्किटचे L/C गुणोत्तर वाढल्यास, सर्किटचा Q ....

अ] कमी झाले आहे

ब] <u>वाढलेआहे</u>

क] तसाच राहतो

ड] वरीलपैकी काहीही नाही

21. मालिका रेझोनान्समध्ये, लागू व्होल्टेज आणि सर्किटमधील फेज कोन .... आहे.

A] 90o

ब] 180 ओ

C] <u>0o</u>

ड] वरीलपैकी काहीही नाही

22. समांतर रेझोनान्समध्ये, L/C गुणोत्तर .... आहे.

अ] <u>खूपमोठा</u>

ब] शून्य

क] लहान

ड] वरीलपैकी काहीही नाही

23. ट्यून केलेल्या सर्किटचा प्रतिकार वाढल्यास, सर्किटचा Q ....

अ] वाढले आहे

ब] <u>कमीझालाआहे</u>

क] तसाच राहतो

ड] वरीलपैकी काहीही नाही

24. ट्यून केलेल्या सर्किटचा Q .... च्या गुणधर्मांचा संदर्भ देतो.

अ] संवेदनशीलता

ब] निष्ठा

क] <u>निवडकता</u>

ड] वरीलपैकी काहीही नाही

25. समांतर रेझोनान्समध्ये, लागू व्होल्टेज आणि सर्किट करंटमधील फेज कोन
.... आहे.

A] 90o

ब] 180 ओ

C] <u>0o</u>

ड] वरीलपैकी काहीही नाही

26. समांतर LC सर्किटमध्ये, जर सिग्नलची वारंवारता रेझोनंट फ्रिक्वेंसीपेक्षा कमी
झाली, तर ....

A] <u>XL कमीहोतेआणि XC वाढते</u>

ब] XL वाढते आणि XC कमी होते

C] रेषा प्रवाह किमान होतो

ड] वरीलपैकी काहीही नाही

27. मालिका अनुनाद मध्ये, ... आहे

अ] <u>व्होल्टेजप्रवर्धन</u>

ब] वर्तमान प्रवर्धन

C] व्होल्टेज आणि वर्तमान प्रवर्धन दोन्ही

ड] वरीलपैकी काहीही नाही

28. ट्यून केलेल्या ऑम्प्लिफायरचा Q साधारणपणे .... असतो.

अ] ५ पेक्षा कमी

ब] 10 पेक्षा कमी

क] <u>10 पेक्षाजास्त</u>

ड] वरीलपैकी काहीही नाही

29. ट्यून केलेल्या ॲम्प्लिफायरचा Q 50 आहे. जर ॲम्प्लिफायरची रेझोनंट वारंवारता 1000kHZ असेल, तर बँडविड्थ .... आहे.

अ] 10kHz

ब] 40 kHz

C] 30 kHz

डी] <u>20 kHz</u>

30. वरील प्रश्नात, कट-ऑफ फ्रिक्वेन्सीची मूल्ये काय आहेत?

A] 140 kHz, 60 kHz

ब] <u>1020 kHz, 980 kHz</u>

C] 1030 kHz, 970 kHz

ड] वरीलपैकी काहीही नाही

31. रेझोनंट फ्रिक्वेंसीपेक्षा वरच्या फ्रिक्वेन्सीसाठी, समांतर LC सर्किट .... म्हणून वागते. भार

अ] <u>कॅपेसिटिव्ह</u>

ब] प्रतिरोधक

क] आगमनात्मक

ड] वरीलपैकी काहीही नाही

32. समांतर अनुनाद मध्ये, ... आहे.

अ] व्होल्टेज आणि वर्तमान प्रवर्धन दोन्ही

ब] व्होल्टेज प्रवर्धन

क] <u>वर्तमानप्रवर्धन</u>

ड] वरीलपैकी काहीही नाही

33. रेझोनंट फ्रिक्वेंसीपेक्षा कमी फ्रिक्वेन्सीसाठी, मालिका एलसी सर्किट .... लोड म्हणून वागते

अ] प्रतिरोधक

ब] <u>कॅपेसिटिव्ह</u>

क] आगमनात्मक

ड] वरीलपैकी काहीही नाही

34. जर उच्च प्रमाणात निवडकता हवी असेल, तर दुहेरी-ट्यून केलेले सर्किट .... असावे. जोडणी

अ] <u>सैल</u>

ब] घट्ट

क] गंभीर

ड] वरीलपैकी काहीही नाही

35. दुहेरी ट्यून केलेल्या सर्किटमध्ये, दोन ट्यून केलेल्या सर्किटमधील परस्पर प्रेरण कमी झाल्यास, अनुनाद वक्र पातळी ....

अ] तसाच राहतो

ब] खालावली आहे

क] <u>उठवलेआहे</u>

ड] वरीलपैकी काहीही नाही

36. रेझोनंट फ्रिक्वेन्सीच्या वरच्या फ्रिक्वेन्सीसाठी, मालिका एलसी सर्किट .... लोड म्हणून वागते.

अ] प्रतिरोधक

ब] <u>प्रेरक</u>

क] कॅपेसिटिव्ह

ड] वरीलपैकी काहीही नाही

37. दुहेरी ट्यून केलेले सर्किट .... मध्ये वापरले जातात. रेडिओ रिसीव्हरचे टप्पे

अ] <u>जर</u>

ब] ऑडिओ

क] आउटपुट

ड] वरीलपैकी काहीही नाही

38. क्लास सी ॲम्प्लिफायर नेहमी चालवतो .... भार

अ] शुद्ध प्रतिरोधक

ब] शुद्ध प्रेरक

क] एक शुद्ध कॅपेसिटिव्ह

ड] <u>एकरेझोनंटटाकी</u>

39. ट्यून केलेले क्लास सी ॲम्प्लिफायर .... च्या RF सिग्नलसाठी वापरले जातात.

अ] कमी शक्ती

ब] उच्च शक्ती

क] खूप उच्च शक्ती

ड] <u>वरीलपैकीकाहीहीनाही</u>

40. रेझोनंट फ्रिक्वेन्सीच्या खाली असलेल्या फ्रिक्वेन्सीसाठी, समांतर एलसी सर्किट .... लोड म्हणून वागते

अ] <u>प्रेरक</u>

ब] प्रतिरोधक

क] कॅपेसिटिव्ह

ड] वरीलपैकी काहीही नाही

1. रेडिओ रिसीव्हरमध्ये .... प्रवर्धन असते

अ] एक टप्पा

ब] दोन टप्पे

क] तीन टप्पे

ड] <u>एकापेक्षाजास्तटप्पे</u>

2. RC कपलिंगचा वापर .... साठी केला जातो. प्रवर्धन

अ] <u>व्होल्टेज</u>

ब] वर्तमान

क] शक्ती

ड] वरीलपैकी काहीही नाही

3. RC जोडलेल्या ॲम्प्लिफायरमध्ये, मध्य-फ्रिक्वेंसी श्रेणीपेक्षा व्होल्टेज वाढतो

....

अ] वारंवारतेसह अचानक बदल

ब] <u>स्थिरआहे</u>

C] वारंवारतेनुसार एकसमान बदल होतो

ड] वरीलपैकी काहीही नाही

4. ॲम्प्लीफायरची वारंवारता प्रतिसाद वक्र प्राप्त करताना, ...

अ] ॲम्प्लीफायर लेव्हल आउटपुट स्थिर ठेवले जाते

ब] ॲम्प्लीफायर वारंवारता स्थिर ठेवली जाते

C] जनरेटर वारंवारता स्थिर ठेवली जाते

D] <u>जनरेटरआउटपुटपातळीस्थिरठेवलीजाते</u>

5. आरसी कपलिंग योजनेचा एक फायदा म्हणजे ....चांगले प्रतिबाधा जुळणे

अ] अर्थव्यवस्था

ब] <u>उच्चकार्यक्षमता</u>

C] वरीलपैकी काहीही नाही

6. सर्वोत्तम वारंवारता प्रतिसाद .... आहे. जोडणी

अ] आर.सी

ब] ट्रान्सफॉर्मर

क] <u>थेट</u>

ड] वरीलपैकी काहीही नाही

7. ट्रान्सफॉर्मर कपलिंगचा वापर .... प्रवर्धनासाठी केला जातो

अ] <u>शक्ती</u>

ब] व्होल्टेज

क] वर्तमान

ड] वरीलपैकी काहीही नाही

8. आरसी कपलिंग स्कीममध्ये, कपलिंग कॅपेसिटर सीसी पुरेसे मोठे असणे आवश्यक आहे ....

अ] टप्प्यांमधील डीसी पास करणे

ब] <u>कमीवारंवारताकमीकरण्यासाठीनाही</u>

क] उच्च शक्ती नष्ट करणे

ड] वरीलपैकी काहीही नाही

9. RC कपलिंगमध्ये, कपलिंग कॅपेसिटरचे मूल्य सुमारे .... आहे.

A] 100 pF

ब] 0.1 µF

C] 0.01 µF

ड] <u>10 µF</u>

11. जेव्हा मल्टीस्टेज ॲम्प्लीफायर dc सिग्नल वाढवायचे असेल, तेव्हा एखाद्याने .... कपलिंग वापरणे आवश्यक आहे

अ] आर.सी

ब] ट्रान्सफॉर्मर

क] <u>थेट</u>

ड] वरीलपैकी काहीही नाही

12. .... कपलिंग जास्तीत जास्त व्होल्टेज वाढवते

अ] आर.सी

ब] <u>ट्रान्सफॉर्मर</u>

क] थेट

ड] प्रतिबाधा

13. सराव मध्ये, व्होल्टेज वाढ व्यक्त केली जाते ....

अ] <u>डीबीमध्ये</u>

ब] व्होल्टमध्ये

क] संख्या म्हणून

ड] वरीलपैकी काहीही नाही

14. ट्रान्सफॉर्मर कपलिंग उच्च कार्यक्षमता प्रदान करते कारण ....

अ] कलेक्टर व्होल्टेज वाढले आहे

ब] <u>प्रतिकारकमीआहे</u>

C] कलेक्टर व्होल्टेज खाली आणले आहे

D] वरीलपैकी काहीही नाही

15. ट्रान्सफॉर्मर कपलिंगचा वापर सामान्यतः लोड रेझिस्टन्स असतो तेव्हा केला जातो.
मोठा

ब] खूप मोठा

क] <u>लहान</u>

ड] वरीलपैकी काहीही नाही

16. जर थ्री-स्टेज ऑम्प्लिफायरचा वैयक्तिक स्टेज गेन 10 db, 5 db आणि 12 db
असेल, तर db मध्ये एकूण नफा ....

A] 600 db

B] 24 db

C] 14 db

D] <u>27 db</u>

17. मल्टीस्टेज ऑम्प्लिफायरचा अंतिम टप्पा .... वापरतो

अ] आरसी जोडणी

ब] <u>ट्रान्सफॉर्मरकपलिंग</u>

क] थेट जोडणी

ड] प्रतिबाधा जोडणी

18. कान ....ला संवेदनशील नाही.

अ] <u>वारंवारताविकृती</u>

ब] मोठेपणा विरूपण

क] वारंवारता तसेच मोठेपणा विकृती

ड] वरीलपैकी काहीही नाही

19. आरसी कपलिंगचा वापर अत्यंत कमी फ्रिक्वेन्सी वाढवण्यासाठी केला जात नाही
कारण ....

अ] मोठ्या प्रमाणात वीज हानी होते

ब] आउटपुटमध्ये हम आहे

क] <u>कपलिंगकॅपेसिटरचाविद्युतीयआकारखूपमोठाहोतो</u>

ड] वरीलपैकी काहीही नाही

20. ट्रान्झिस्टर ऑम्प्लिफायरमध्ये आपण .... वापरतो. प्रतिबाधा जुळणीसाठी
ट्रान्सफॉर्मर

अ] पायरी चढणे

ब] <u>पायउतार</u>

C] समान वळण प्रमाण

ड] वरीलपैकी काहीही नाही

21. खालच्या आणि वरच्या कट ऑफ फ्रिक्वेन्सीला .... फ्रिक्वेन्सी देखील
म्हणतात

अ] बाजूबंद

ब] रेझोनंट

क] अर्ध-प्रतिध्वनी

ड] <u>अर्ध-शक्ती</u>

22. सलत 1,000,000 पट वाढ .... द्वारे व्यक्त केली जाते.

अ] 30 डीबी

ब] <u>60 डीबी</u>

C] 120 db

D] 600 db

23. व्होल्टेजमध्ये 1000 पट वाढ .... ने व्यक्त केली जाते.

अ] <u>60 डीबी</u>

ब] 30 डीबी

C] 120 db

D] 600 db

24. 1 db .... पॉवर लेव्हलमधील बदलाशी संबंधित आहे

अ] ५०%

ब] 35%

C] <u>26%</u>

ड] 22%

25. 1 db .... शी संबंधित आहे. व्होल्टेज किंवा वर्तमान पातळीमध्ये बदल

अ] <u>४०%</u>

ब] ८०%

क] २०%

ड] २५%

26. ट्रान्सफॉर्मर कपलिंगची वारंवारता प्रतिसाद .... आहे.

चांगले

ब] खूप चांगले

क] उत्कृष्ट

ड] <u>गरीब</u>

27. मल्टिस्टेज अॅम्प्लीफायरच्या सुरुवातीच्या टप्प्यात, आम्ही .... वापरतो.

अ] <u>आरसीजोडणी</u>

ब] ट्रान्सफॉर्मर कपलिंग

क] थेट जोडणी

ड] वरीलपैकी काहीही नाही

28. मल्टिस्टेज ॲम्प्लिफायरचा एकूण नफा हा .... मुळे वैयक्तिक टप्प्यांच्या नफ्याच्या उत्पादनापेक्षा कमी आहे.

अ] कपलिंग यंत्रामध्ये वीज कमी होणे

ब] पुढीलटप्प्याचालोडिंगप्रभाव

क] अनेक ट्रान्झिस्टरचा वापर

ड] अनेक कॅपेसिटरचा वापर

29. ॲम्प्लीफायरचा फायदा db मध्ये व्यक्त केला जातो कारण ....

अ] हे एक साधे एकक आहे

ब] आकडेमोड सोपे होते

C] मानवीकानाचाप्रतिसादलॉगरिदमिकअसतो

ड] वरीलपैकी काहीही नाही

30. जर ॲम्प्लीफायरची पॉवर लेव्हल निम्म्यावर आली तर डीबी गेन ...... ने कमी होईल.

अ] 5 डीबी

ब] 2 डीबी

C] 10 db

ड] 3 डीबी

31. 2000 चे वर्तमान प्रवर्धन म्हणजे ....

अ] 3 डीबी

ब] 66 डीबी

C] 20 db

D] 200 db

32. ॲम्प्लीफायर 0.1 W इनपुट सिग्नल प्राप्त करतो आणि 15 W सिग्नल पॉवर प्रदान करतो. डीबी मध्ये पॉवर गेन काय आहे?

अ] 8 डीबी

ब] 6 डीबी

क] 5 डीबी

ड] 4 डीबी

33. ऑडिओ सिस्टमचे पॉवर आउटपुट 18 W आहे. एखाद्या व्यक्तीला सिस्टमच्या आउटपुटमध्ये (मोठ्याने किंवा आवाजाची तीव्रता) वाढ झाल्याचे लक्षात येण्यासाठी, आउटपुट पॉवर किती वाढली पाहिजे?

अ] २ प

ब] 6 प

क] ६८प

ड] वरीलपैकी काहीही नाही

34. मायक्रोफोनचे आउटपुट -52 db वर रेट केले जाते. संदर्भ पातळी निर्दिष्ट परिस्थितीत 1V आहे. समान ध्वनी परिस्थितीत या मायक्रोफोनचे आउटपुट व्होल्टेज किती आहे?

A] 5 mV

ब] 2 mV

C] 8 mV

D] 5 mV

35. RC कपलिंग साधारणपणे कमी पॉवर ऍप्लिकेशन्सपुरते मर्यादित असते कारण ....

अ] कपलिंग कॅपेसिटरचे मोठे मूल्य

ब] कमीकार्यक्षमता

क] घटकांची मोठी संख्या

ड] वरीलपैकी काहीही नाही

36. थेट जोडल्या जाऊ शकतील अशा टप्प्यांची संख्या मर्यादित आहे कारण ....

अ] तापमानातीलबदलांमुळेथर्मलअस्थिरतानिर्माणहोते

ब] सर्किट जड आणि महाग होते

C] सर्किटला बायस करणे कठीण होते

ड] वरीलपैकी काहीही नाही

37. आरसी किंवा ट्रान्सफॉर्मर कपलिंगचा उद्देश ....

अ] ब्लॉक ac

ब] एकाटप्प्याचादुस-यापासूनवेगळापूर्वाग्रह

क] थर्मल स्थिरता वाढवा

ड] वरीलपैकी काहीही नाही

38. वरच्या किंवा खालच्या कट ऑफ फ्रिक्वेन्सीला ....फ्रिक्वेंसी असेही म्हणतात

अ] रेझोनंट

ब] बाजूबंद

क] 3 डीबी

ड] वरीलपैकी काहीही नाही

39. सिंगल स्टेज ऍम्प्लिफायरची बँडविड्थ .... आहे. मल्टीस्टेज ऍम्प्लिफायरचा

अ] पेक्षाजास्त

ब] समान

क] पेक्षा कमी

ड] डेटा अपुरा

40. मल्टीस्टेज ऍम्प्लिफायरमध्ये एमिटर कॅपेसिटर CE चे मूल्य सुमारे .... आहे.

अ] 1 μF

ब] 100 pF

C] 0.01 μF

ड] <u>50 μF</u>

1. अर्धसंवाहक .... बंधांनी तयार होतो.

अ] <u>सहसंयोजक</u>

ब] इलेक्ट्रोव्हॅलेंट

क] समन्वय

ड] वरीलपैकी काहीही नाही

2. सेमीकंडक्टरमध्ये .... तापमानाचा प्रतिकार गुणांक असतो.

अ] सकारात्मक

ब] शून्य

क] <u>नकारात्मक</u>

ड] वरीलपैकी काहीही नाही

3. सर्वात जास्त वापरले जाणारे सेमीकंडक्टर म्हणजे ....

अ] जर्मेनियम

ब] <u>सिलिकॉन</u>

क] कार्बन

ड] सल्फर

6. शुद्ध सिलिकॉनची प्रतिरोधकता .... आहे.

A] 100 O सेमी

B] <u>6000 O सेमी</u>

क] 3 x 105 ओ मी

D] 6 x 10-8 O सेमी

7. शुद्ध अर्धसंवाहक गरम केल्यावर त्याचा प्रतिकार ....

अ] वर जातो

ब] <u>खालीजातो</u>

क] तसाच राहतो

ड] सांगता येत नाही

8. अर्धसंवाहक क्रिस्टलची ताकद .... पासून येते.

अ] केंद्रकांमधील बल

ब] प्रोटॉनमधील बल

C] <u>इलेक्ट्रॉन-जोडीबंध</u>

ड] वरीलपैकी काहीही नाही

9. शुद्ध अर्धसंवाहकामध्ये पेंटाव्हॅलेंट अशुद्धता जोडली जाते तेव्हा ती .... बनते.

अ] एक इन्सुलेटर

ब] एक आंतरिक अर्धसंवाहक

C] p-प्रकार अर्धसंवाहक

ड] n-प्रकारअर्धसंवाहक

10. सेमीकंडक्टरमध्ये पेंटाव्हॅलेंट अशुद्धता जोडल्याने अनेक ....

अ] मुक्तइलेक्ट्रॉन

ब] छिद्र

क] व्हॅलेन्स इलेक्ट्रॉन

ड] बद्ध इलेक्ट्रॉन

11. पेंटाव्हॅलेंट अशुद्धता .... व्हॅलेन्स इलेक्ट्रॉन्स

अ] ३५

ब] ४

क] ६

12. एन-टाइप सेमीकंडक्टर .... आहे.

अ] सकारात्मक चार्ज

ब] नकारात्मक शुल्क आकारले जाते

C] विद्युतदृष्ट्यातटस्थ

ड] वरीलपैकी काहीही नाही

14. सेमीकंडक्टरमध्ये त्रिसंयोजक अशुद्धता जोडल्याने अनेक ....

अ] छिद्र

ब] मुक्त इलेक्ट्रॉन

क] व्हॅलेन्स इलेक्ट्रॉन्स

ड] बद्ध इलेक्ट्रॉन

15. सेमीकंडक्टरमधील छिद्राची व्याख्या .... अशी केली जाते.

अ] एक मुक्त इलेक्ट्रॉन

ब] इलेक्ट्रॉनजोडीबाँडचाअपूर्णभाग

C] एक मुक्त प्रोटॉन

ड] एक मुक्त न्यूट्रॉन

16. बाह्य सेमीकंडक्टरमधील अशुद्धता पातळी ही शुद्ध अर्धसंवाहकाची असते.

अ] 108 अणूंसाठी 10 अणू

ब] 108 अणूंसाठी 1 अणू

C] 104 अणूंसाठी 1 अणू

ड] 100 अणूंसाठी 1 अणू

17. शुद्ध सेमीकंडक्टरचे डोपिंग जसजसे वाढते तसतसे सेमीकंडक्टरचा मोठ्या प्रमाणात प्रतिकार ....

अ] तसाच राहतो

ब] वाढते

क] <u>कमीहोते</u>

ड] वरीलपैकी काहीही नाही

18. भोक आणि जवळील इलेक्ट्रॉन .... कडे कल असतो.

अ] एकमेकांना दूर सारणे

ब] <u>एकमेकांनाआकर्षितकरा</u>

क] एकमेकांवर कोणताही परिणाम होत नाही

ड] वरीलपैकी काहीही नाही

19. सेमीकंडक्टरमध्ये, विद्युत प्रवाह ...... मुळे असतो.

अ] फक्त छिद्र

ब] फक्त मुक्त इलेक्ट्रॉन

क] <u>छिद्रआणिमुक्तइलेक्ट्रॉन</u>

ड] वरीलपैकी काहीही नाही

20. थर्मल आंदोलनामुळे छिद्रे आणि मुक्त इलेक्ट्रॉन्सच्या याद्च्छिक हालचालीला .... म्हणतात.

अ] <u>प्रसार</u>

ब] दाब

क] आयनीकरण

ड] वरीलपैकी काहीही नाही

21. फॉरवर्ड बायस्ड पीएन जंक्शन डायोडचा क्रमाचा प्रतिकार असतो

अ] <u>ठीकआहे</u>

ब] ओ

क] मो

ड] वरीलपैकी काहीही नाही

22. बायस a pn जंक्शन फॉरवर्ड करण्यासाठी आवश्यक बॅटरी कनेक्शन्स आहेत ......

A] <u>+ve टर्मिनलते p आणि -ve टर्मिनलते n</u>

B] -ve टर्मिनल ते p आणि +ve टर्मिनल ते n

C] -ve टर्मिनल ते p आणि -ve टर्मिनल ते n

ड] वरीलपैकी काहीही नाही

23. जर्मेनियमसाठी pn जंक्शनवरील बॅरियर व्होल्टेज सुमारे .... आहे.

अ] 5 व्ही

ब] 3 व्ही

क] शून्य

ड] <u>3 व्ही</u>

24. pn जंक्शनच्या क्षीणतेच्या प्रदेशात .... ची कमतरता आहे.

अ] स्वीकारणारा आयन

ब] <u>छिद्रआणिइलेक्ट्रॉन</u>

क] दाता आयन

ड] वरीलपैकी काहीही नाही

25. रिव्हर्स बायस pn जंक्शनमध्ये .... आहे

अ] अरुंद क्षीण थर

ब] <u>जवळजवळवर्तमाननाही</u>

C] अत्यंत कमी प्रतिकार

ड] मोठा विद्युत प्रवाह

26. A pn जंक्शन .... म्हणून कार्य करते.

अ] नियंत्रित स्विच

ब] द्विदिशात्मक स्विच

C] <u>युनिडायरेक्शनलस्विच</u>

ड] वरीलपैकी काहीही नाही

27. उलट पक्षपाती pn जंक्शनला च्या क्रमाचा प्रतिकार असतो

ठीक आहे

ब] ओ

क] <u>मो</u>

ड] वरीलपैकी काहीही नाही

28. pn जंक्शन ओलांडून गळती करंट ....मुळे आहे.

अ] <u>अल्पसंख्याकवाहक</u>

ब] बहुसंख्य वाहक

क] जंक्शन कॅपेसिटन्स

ड] वरीलपैकी काहीही नाही

29. बाह्य अर्धसंवाहकाचे तापमान वाढल्यावर त्याचा स्पष्ट परिणाम होतो...

अ] जंक्शन कॅपेसिटन्स

ब] <u>अल्पसंख्याकवाहक</u>

क] बहुसंख्य वाहक

ड] वरीलपैकी काहीही नाही

30. पीएन जंक्शनला फॉरवर्ड बायससह, डिप्लेशन लेयरची रुंदी ....

अ] <u>कमीहोते</u>

ब] वाढते

क] तसाच राहतो

ड] वरीलपैकी काहीही नाही

31. pn जंक्शनमधील गळती करंट क्रमाने आहे

अ] आ

ब] mA

क] का

D] μA

32. आंतरिक सेमीकंडक्टरमध्ये मुक्त इलेक्ट्रॉनची संख्या ....

अ] <u>छिद्रांचीसंख्यासमानआहे</u>

ब] छिद्रांच्या संख्येपेक्षा जास्त आहे

क] छिद्रांच्या संख्येपेक्षा कमी आहे

ड] वरीलपैकी काहीही नाही

33. खोलीच्या तपमानावर, एक आंतरिक अर्धसंवाहक .... असतो.

अ] अनेक छिद्रे फक्त

ब] <u>काहीमुक्तइलेक्ट्रॉनआणिछिद्र</u>

C] अनेक मुक्त इलेक्ट्रॉन फक्त

ड] छिद्र किंवा मुक्त इलेक्ट्रॉन नाहीत

34. निरपेक्ष तपमानावर, एक आंतरिक अर्धसंवाहक .... असतो.

अ] काही मुक्त इलेक्ट्रॉन

ब] अनेक छिद्रे

क] अनेक मुक्त इलेक्ट्रॉन

ड] <u>छिद्रकिंवामुक्तइलेक्ट्रॉननाहीत</u>

35. खोलीच्या तपमानावर, एक आंतरिक सिलिकॉन क्रिस्टल अंदाजे ...... म्हणून कार्य करते.

अ] एक बॅटरी

ब] एक कंडक्टर

क] <u>एकइन्सुलेटर</u>

ड] तांब्याच्या ताराचा तुकडा

1. खालीलपैकी कोणत्या बेस सिस्टममध्ये 123 ही वैध संख्या नाही?

(a) पाया 10

(b) पाया 16

(c) बेस8

(d) <u>पाया 3</u>

2. 1 KB चे स्टोरेज म्हणजे खालील बाइट्सची संख्या

(a) 1000

(b)964

(c) <u>1024</u>

(d) 1064

3. बायनरी संख्येचे अष्टक समतुल्य काय आहे:

10111101

(a)675

(b) २७५

(c) ५७२

(d) ५७३.

4. योग्य विधान निवडा:

(a) स्थितीत्मक संख्या प्रणालीमध्ये, प्रत्येक चिन्ह त्याचे स्थान विचारात न घेता समान मूल्य दर्शवते

(b) सिस्टीममधील चिन्हांच्या संख्येइतके मूल्य म्हणून स्थिती क्रमांक प्रणालीमधील सर्वोच्च चिन्ह

(c) <u>अचूकबायनरीशोधणेनेहमीचशक्यनसते</u>

(d) प्रत्येक हेक्साडेसिमल अंक तीन बायनरी चिन्हांचा क्रम म्हणून दर्शविला जाऊ शकतो.

5. (21.125)10 चा बायनरी कोड आहे

(a) <u>10101.001</u>

(b) 10100.001

(c) १०१०१.०१०

(d) 10100.111.

6.A NAND गेटला सार्वत्रिक तर्क घटक म्हणतात कारण

(a) ते प्रत्येकजण वापरतो

(b) <u>कोणतेहीलॉजिकफंक्शनकेवळ NAND गेट्सद्वारेचसाकारहोऊशकते</u>

(c) सर्व लघुकरण तंत्र इष्टतम NAND गेट प्राप्तीसाठी लागू आहेत

(d) अनेक डिजिटल संगणक NAND गेट्स वापरतात.

7. ॲनालॉग संगणकांच्या तुलनेत डिजिटल संगणक अधिक प्रमाणात वापरले जातात, कारण ते आहेत

(a) कमी खर्चिक

(b) नेहमी अधिक अचूक आणि जलद

(c) <u>समस्याप्रकारांच्याविस्तृतश्रेणींमध्येउपयुक्त</u>

(d) देखभाल करणे सोपे.

8. बहुतेक डिजिटल संगणकांमध्ये फ्लोटिंग पॉइंट हार्डवेअर नसतात कारण

(a) फ्लोटिंगपॉइंटहार्डवेअरमहागआहे

(b) ते सॉफ्टवेअरपेक्षा हळू आहे

(c) हार्डवेअरद्वारे फ्लोटिंग पॉइंट जोडणे शक्य नाही

(d) विशिष्ट कारणाशिवाय.

9. 1000 हा आकडा लगेचच दिसेल

(a) FFFF (हेक्स)

(b) 1111 (बायनरी)

(c) ७७७७ (ऑक्टल)

(d) वरीलसर्व.

10. (1(10101)2 आहे

(a) (37)10

(b) (69)10

(c) (41)10

(d) — (5)10

11. बुलियन फंक्शन्सची संख्या जी n व्हेरिएबल्सद्वारे तयार केली जाऊ शकते

(a) 2n

(b) 22 एन

(c) 2n-1

(d) — 2n

12. सहा-बिट संख्यांचे दोनचे पूरक, एकाचे पूरक, किंवा चिन्ह आणि परिमाण द्वारे प्रतिनिधित्व विचारात घ्या: 011000 आणि 011000 पूर्णांकांच्या जोडणीतून कोणत्या प्रतिनिधित्वामध्ये ओव्हरफ्लो आहे?

(a) फक्त दोघांचे पूरक

(b) चिन्ह आणि परिमाण आणि फक्त एखाद्याचे पूरक

(c) दोनचे पूरक आणि फक्त एकाचे पूरक

(d) तिन्हीप्रतिनिधित्व.

13. हेक्साडेसिमल ओडोमीटर F 52 F दाखवतो. पुढील वाचन असेल

(a)F52E

(b)G52F

(c)F53F

(d) F53O.

14. लॉजिक सर्किटमध्ये पॉझिटिव्ह लॉजिक हे एक असते

(a) तर्क 0 आणि 1 अनुक्रमे 0 आणि सकारात्मक व्होल्टेजने दर्शविले जातात

(b) तर्क 0 आणि, -1 हे अनुक्रमे ऋण आणि सकारात्मक व्होल्टेजने दर्शविले जातात

(c) लॉजिक 0 व्होल्टेज पातळी लॉजिक 1 व्होल्टेज पातळीपेक्षा जास्त आहे

(d) लॉजिक 0 व्होल्टेजपातळीलॉजिक 1 व्होल्टेजपातळीपेक्षाकमीआहे.

15. खालीलपैकी कोणते गेट दोन-स्तरीय लॉजिक गेट आहे

(a) किंवा गेट

(b) NAND गेट

(c) अनन्यकिंवागेट

(d) गेट नाही.

16. लॉजिक फॅमिलीमध्ये, 4 बिट सिंक्रोनस काउंटरमध्ये 100 मेगाहट्र्झ पेक्षा जास्त वारंवारतेवर वापरता येणारे फॅमिली म्हणजे

(a) TTLAS

(b) CMOS

(c) ECL

(d)TTLLS

17. AND गेट OR if म्हणून कार्य करेल

(अ) गेट्सचे सर्व इनपुट "1" आहेत

(b) सर्व इनपुट '0' आहेत

(c) इनपुटपैकी एक "1" आहे

(d) सर्वइनपुटआणिआउटपुटपूरकआहेत.

18. एका OR गेटमध्ये 6 इनपुट असतात. त्याच्या सत्य सारणीमध्ये इनपुट शब्दांची संख्या आहे

(a)6

(b)32

(c) ६४

(d) १२८

19. डिबाउनिंग सर्किट आहे

(a) एक अस्थिर MV

(b) एक बिस्टेबल MV

(c) एककुंडी

(d) एक मोनोस्टेबल MV.

20. नंद. गेट्सना इतरांपेक्षा प्राधान्य दिले जाते कारण हे

(a) कमी फॅब्रिकेशन क्षेत्र आहे

(b) कोणतेहीगेटबनवण्यासाठीवापरलेजाऊशकते

(c) कमीत कमी इलेक्ट्रॉनिक वीज वापरा

(d) चिपमध्ये जास्तीत जास्त घनता प्रदान करते.

21. OR गेटच्या बाबतीत, इनपुटची संख्या कितीही असली तरीही, a

(a) कोणत्याहीइनपुटवर 1 मुळेआउटपुटलॉजिक 1 वरयेते

(b) कोणत्याही इनपुटवर 1 मुळे आउटपुट लॉजिक 0 वर येते

(c) 0 कोणत्याही इनपुटमुळे आउटपुट लॉजिक 0 वर येते

(d) कोणत्याही इनपुटवर 0 मुळे आउटपुट लॉजिक 1 वर येते.

22. 7400 NAND गेटचा पंखा पुट आहे

(a)2TTL

(b)5TTL

(c)8TTL

(d) 10TTL

23. अतिरिक्त-3 कोड म्हणून ओळखले जाते

(a) भारित कोड

(b) चक्रीय रिडंडंसी कोड

(c) स्वयं-पूरककोड

(d) बीजगणितीय कोड.

k24. डेटासाठी 8 बिट, पॅरिटीसाठी 1 बिट गृहीत धरून, मी स्टार्ट बिट आणि 2 स्टॉप बिट्स, 1200 BPS कम्युनिकेशन लाइन प्रसारित करू शकणार्‍या वर्णांची संख्या आहे

(a)10 CPS

(b)120 CPS

(c) 12CPS

(d) वरीलपैकी काहीही नाही.

1. "इलेक्ट्रोडवर मुक्त झालेल्या आयनचे वस्तुमान विजेच्या प्रमाणाशी थेट प्रमाणात असते".

वरील विधानाशी संबंधित आहे

(a) न्यूटनचा नियम

(b) फॅराडेचा इलेक्ट्रोमॅग्नेटिक नियम

(c) फॅरेडेचाइलेक्ट्रोलिसिसचानियम

(d) गॉसचा कायदा

2. कोणत्याही पदार्थाच्या एक ग्रॅम समतुल्य आकाराला मुक्त करण्यासाठी लागणारा शुल्क _______ स्थिरांक म्हणून ओळखला जातो

(a) वेळ

(b) फॅरेडेचे

(c) बोल्ट्झमन

3. लीड-ॲसिड सेलच्या चार्जिंग दरम्यान

(a) त्याचेव्होल्टेजवाढते

(b) ते ऊर्जा देते

(c) त्याचा कॅथोड गडद चॉकलेटी तपकिरी रंगाचा होतो

(d) H2SO4 चे विशिष्ट गुरुत्व कमी होते

4. लीड-ऍसिड सेलची क्षमता त्याच्यावर अवलंबून नाही

(तापमान

(b) शुल्काचादर

(c) डिस्चार्जचा दर

(d) सक्रिय सामग्रीचे प्रमाण

5. चार्जिंग दरम्यान लीड-ऍसिड बॅटरीच्या इलेक्ट्रोलाइटचे विशिष्ट गुरुत्वाकर्षण

(a) वाढते

(b) कमी होते

(c) समान राहते

(d) शून्य होतो

6. पूर्ण चार्ज झालेल्या लीडॅसिड बॅटरीच्या सकारात्मक आणि नकारात्मक प्लेट्सवरील सक्रिय पदार्थ आहेत

(a) शिसे आणि शिसे पेरोक्साइड

(b) शिसे सल्फेट आणि शिसे

(c) लीडपेरोक्साइडआणिशिसे

(d) वरीलपैकी काहीही नाही

7. जेव्हा लीड-ऍसिड बॅटरी पूर्णपणे चार्ज स्थितीत असते, तेव्हा तिचा रंग सकारात्मक असतो

प्लेट आहे

(a) गडद राखाडी

(b) तपकिरी

(c) गडदतपकिरी

(d) वरीलपैकी काहीही नाही

8. निकेल-लोखंडी बॅटरीची सक्रिय सामग्री आहे

(a) निकेल हायड्रॉक्साइड

(6) चूर्ण केलेले लोह आणि त्याचे ऑक्साईड

(c) KOH चे 21% द्रावण

(d) वरीलसर्व

9. लीड-ऍसिड सेलच्या वॅट-तास कार्यक्षमतेचे ऑंपिअर-तास कार्यक्षमतेचे गुणोत्तर आहे

(a) फक्त एक

(b) नेहमीएकापेक्षामोठे

(c) नेहमी एकापेक्षा कमी

(d) वरीलपैकी काहीही नाही.

10. लीड-ॲसिड बॅटरीवरील चार्ज स्थितीबद्दल सर्वोत्तम संकेत द्वारे दिले जाते

(a) आउटपुट व्होल्टेज

(b) इलेक्ट्रोलाइटचे तापमान

(c) इलेक्ट्रोलाइटचेविशिष्टगुरुत्व

(d) वरीलपैकी काहीही नाही

11. सामान्यतः इलेक्ट्रिक पॉवर स्टेशनमध्ये स्टोरेज बॅटरी वापरली जाते

(a) निकेल-कॅडमियम बॅटरी

(b) झिंक-कार्बन बॅटरी

(c) लीड-ॲसिडबॅटरी

(d) वरीलपैकी काहीही नाही

12. चार्जरचे आउटपुट व्होल्टेज आहे

(a) बॅटरी व्होल्टेजपेक्षा कमी

(b) बॅटरीव्होल्टेजपेक्षाजास्त

(c) बॅटरी व्होल्टेज प्रमाणेच

(d) वरीलपैकी काहीही नाही

13. सेल क्रमाने मालिकेत जोडलेले आहेत

(a) व्होल्टेजरेटिंगवाढवा

(6) वर्तमान रेटिंग वाढवा

(c) पेशींचे आयुष्य वाढवते

(d) वरीलपैकी काहीही नाही

14. पाच 2 V पेशी समांतर जोडलेले आहेत. आउटपुट व्होल्टेज आहे

(a) 1 व्ही

(6) 1.5 व्ही

(c) 1.75 V

(d) 2 V

15. बॅटरीची क्षमता नुसार व्यक्त केली जाते

(a) वर्तमान रेटिंग

(b) व्होल्टेज रेटिंग

(c) ॲंपिअर-तासरेटिंग

(d) वरीलपैकी काहीही नाही

16. निकेल-लोह सेलचे चार्जिंग आणि डिस्चार्जिंग दरम्यान

(a) संक्षारक धूर तयार होतो

(b) <u>पाणीतयारहोतनाहीकिंवाशोषलेजातनाही</u>

(c) निकेल हायड्रॉक्साइड अविभाजित राहते

(d) त्याचा emf स्थिर राहतो

17. स्थिर-वर्तमान प्रणालीच्या तुलनेत, लीड ऍसिड सेल चार्ज करण्याच्या स्थिर-व्होल्टेज प्रणालीचे फायदे आहेत

(a) चार्जिंगची वेळ कमी करणे

(b) पेशींची क्षमता वाढवणे

(c) <u>दोन्ही (a) आणि (b)</u>

(d) जास्त गॅसिंग टाळणे

18. मृत स्टोरेज बॅटरी द्वारे पुनरुज्जीवित केली जाऊ शकते

(a) डिस्टिल्ड वॉटर जोडणे

(6) तथाकथित बॅटरी रिस्टोरर जोडणे

(c) H2SO4 चा डोस

(d) <u>वरीलपैकीकाहीहीनाही</u>

19. लीड-ऍसिड सेलच्या तुलनेत, निकेल-लोह सेलची कार्यक्षमता त्याच्यामुळे कमी असते.

(a) कॉम्पॅक्टनेस

(b) कमी emf

(c) कमी प्रमाणात इलेक्ट्रोलाइट वापरले

(d) <u>उच्चअंतर्गतप्रतिकार</u>

20. स्टोरेज बॅटरीचे ट्रिकल चार्जिंग मदत करते

(a) योग्य इलेक्ट्रोलाइट पातळी राखणे

(b) त्याची राखीव क्षमता वाढवा

(c) सल्फेशन प्रतिबंधित करते

(d) <u>तेताजेआणिपूर्णपणेचार्जकेलेलेठेवा</u>

21. पेशीचे जे पदार्थ रासायनिक संयोगात सक्रिय भाग घेतात आणि त्यामुळे चार्जिंग किंवा डिस्चार्जिंग दरम्यान वीज निर्माण करतात त्यांना ______ पदार्थ म्हणतात.

(a) निष्क्रिय

(b) <u>सक्रिय</u>

(c) अनावश्यक

(d) जड

22. लीड-ऍसिड सेलमध्ये पातळ सल्फ्यूरिक ऍसिड (इलेक्ट्रोलाइट) मध्ये अंदाजे खालील गोष्टींचा समावेश होतो

(a) एक भाग H2O, तीन भाग H2SO4

(b) दोन भाग H_2O, दोन भाग H_2SO_4

(c) <u>तीनभाग H_2O, एकभाग H_2SO_4</u>

(d) सर्व H_2SO_4

23. हे लक्षात येते की इ्युरम चार्जिंग

(a) व्होल्टेजमध्ये वाढ होते

(b) ऊर्जा सेलद्वारे शोषली जाते

(c) H_2SO_4 चे विशिष्ट गुरुत्वाकर्षण वाढले आहे

(d) <u>वरीलसर्व</u>

24. हे लक्षात येते की डिस्चार्ज करताना खालील गोष्टी घडत नाहीत

(a) एनोड आणि कॅथोड दोन्ही $PbSO_4$ बनतात

(b) H_2SO_4 चे विशिष्ट गुरुत्व कमी होते

(c) सेलचे व्होल्टेज कमी होते

(d) <u>पेशीऊर्जाशोषूनघेते</u>

25. लीडसिड सेलची अँपिअर-तास कार्यक्षमता सामान्यतः दरम्यान असते

(अ) 20 ते 30%

(ब) 40 ते 50%

(c) 60 ते 70%

(d) <u>90 ते 95%</u>

26. लीड-ऍसिड सेलची वॅट-तास कार्यक्षमता दरम्यान बदलते

(अ) 25 ते 35%

(ब) 40 ते 60%

(c) <u>70 ते 80%</u>

(d) 90 ते 95%

27. लीड-ऍसिड सेलची क्षमता मोजली जाते

(a) अँपिअर

(b) <u>अँपिअर-तास</u>

(c) वॅट्स

(d) वॅट-तास

28. लीड-ऍसिड सेलची क्षमता अवलंबून असते

(a) स्त्राव दर

(b) तापमान

(c) इलेक्ट्रोलाइटची घनता

(d) <u>वरीलसर्व</u>

29. जेव्हा लीड-ऍसिड सेल पूर्णपणे चार्ज होतो, तेव्हा इलेक्ट्रोलाइट _______ दिसणे गृहीत धरते

(a) निस्तेज

(b) लालसर

(c) तेजस्वी

(d) <u>दुधाळ</u>

30. एडिसन सेलचा ईएमएफ, पूर्ण चार्ज झाल्यावर, जवळपास असतो

(a) <u>1.4 V</u>

(b) १ व्ही

(c) ०.९ व्ही

(d) ०.८ व्ही

31. अल्कली सेलचा अंतर्गत प्रतिकार लीडॅसिड सेलच्या जवळपास _______ पट असतो.

(a) दोन

(b) तीन

(c) चार

(d) <u>पाच</u>

32. अल्कली सेलसाठी सरासरी चार्जिंग व्होल्टेज सुमारे आहे

(a) 1 व्ही

(b) 1.2 V

(c) <u>1.7 V</u>

(d) 2.1 V

33. एडिसन सेलची सरासरी एम्पीयर-तास कार्यक्षमता असते

(अ) ४०%

(ब) ६०%

(c) ७०%

(d) <u>८०%</u>

34. चांदी-जस्त बॅटरीच्या सकारात्मक प्लेट्सची सक्रिय सामग्री आहे

(a) <u>सिल्व्हरऑक्साईड</u>

(b) लीड ऑक्साईड

(c) आघाडी

(d) जस्त पावडर

35. लीड-ऍसिड सेलचे आयुष्य जवळजवळ चार्ज आणि डिस्चार्ज असते

(a) 500

(b) ७००

(c) 1000

(d) १२५०

36. एडिसन सेलचे आयुष्य किमान आहे

(a) <u>पाचवर्षे</u>

(b) सात वर्षे

(c) आठ वर्षे

(d) दहा वर्षे

37. लीड-ॲसिड सेलचा अंतर्गत प्रतिकार एडिसन सेलचा असतो

(a) <u>पेक्षाकमी</u>

(b) पेक्षा जास्त

(c) समान

(d) वरीलपैकी काहीही नाही

38. एडिसन सेलमध्ये वापरलेले इलेक्ट्रोलाइट आहे

(a) NaOH

(b) <u>KOH</u>

(c) HC1

(d) HN03

39. लीड-ॲसिड सेलमध्ये वापरलेले इलेक्ट्रोलाइट आहे

(a) NaOH

(b) फक्तH2S04

(c) फक्त पाणी

(d) <u>H2SO4 पातळकरा</u>

40. एडिसन सेलची निगेटिव्ह प्लेट बनलेली असते

(a) तांबे

(b) आघाडी

(c) <u>लोह</u>

(d) सिल्व्हर ऑक्साईड

41. कोणत्याही स्टोरेज सेलचे ओपन सर्किट व्होल्टेज पूर्णपणे अवलंबून असते

(a) *त्याचे रासायनिक घटक*

(b) *त्याच्या इलेक्ट्रोलाइटच्या बळावर*

(c) *त्याचे तापमान*

(d) <u>*वरीलसर्व*</u>

42. इलेक्ट्रोलाइटचे विशिष्ट गुरुत्व द्वारे मोजले जाते

(a) मॅनोमीटर

(6) एक यांत्रिक गेज

(c) <u>हायड्रोमीटर</u>

(d) सायक्रोमीटर

43. जेव्हा लीड-ऍसिड सेलच्या इलेक्ट्रोलाइटचे विशिष्ट गुरुत्व 1.1 ते 1.15 पर्यंत कमी होते तेव्हा सेल आत असतो.

(a) चार्ज केलेली अवस्था

(b) <u>डिस्चार्जकेलेलीअवस्था</u>

(c) दोन्ही (a) आणि (b)

(d) सक्रिय स्थिती

44. _______ सिस्टीममध्ये चार्जिंग करंट अधूनमधून नियंत्रित केला जातो कमाल किंवा किमान मूल्य

(a) <u>दोनदरशुल्कनियंत्रण</u>

(b) ट्रिकल चार्ज

(c) फ्लोटिंग चार्ज

(d) एक समान शुल्क

45. ओव्हर चार्जिंग

(a) जास्त गॅसिंग निर्माण करते

(b) सक्रिय सामग्री सैल करते

(e) तापमान वाढते परिणामी प्लेट्स बकल होतात

(d) <u>वरीलसर्व</u>

46. अंडरचार्जिंग

(a) <u>इलेक्ट्रोलाइटचेविशिष्टगुरुत्वकमीकरते</u>

(b) इलेक्ट्रोलाइटचे विशिष्ट गुरुत्व वाढवते

(c) जास्त गॅसिंग निर्माण करते

(d) तापमान वाढते

47. अंतर्गत शॉर्ट सर्किट्समुळे होतात

(a) एक किंवा अधिक विभाजकांचे विघटन

(b) सेलच्या तळाशी गाळाचा अतिरिक्त संचय

(c) <u>दोन्ही (a) आणि (b)</u>

(d) वरीलपैकी काहीही नाही

48. सल्फेशनचा परिणाम म्हणजे अंतर्गत प्रतिकार

(a) <u>वाढते</u>

(b) कमी होते

(c) समान राहते

(d) वरीलपैकी काहीही नाही

49. प्लेट्सच्या पृष्ठभागावर लीड सल्फेटची अत्यधिक निर्मिती यामुळे होते

(a) बॅटरीला जास्त काळ डिस्चार्ज स्थितीत उभी राहू देणे

(b) इलेक्ट्रोलाइटसह टॉप अप करणे

(c) सतत अंडरचार्जिंग

(d) <u>वरीलसर्व</u>

50. चार्ज दरम्यान विद्युत ऊर्जा साठवण्यासाठी जे पदार्थ एकत्र येतात त्यांना _______ पदार्थ म्हणतात.

(a) <u>सक्रिय</u>

(b) निष्क्रिय

(c) जड

(d) डायलेक्ट्रिक

प्र.१. स्मृतीचे सर्वात मोठे एकक खालीलपैकी कोणते?

अ] <u>गिगाबाइट्स.</u>

ब] बाइट्स.

क] मेगाबाइट्स.

ड] किलोबाइट्स.

Q.2. सॉफ्टवेअरचा प्राथमिक उद्देश डेटामध्ये बदलणे हा आहे.

अ] वेबसाइट.

ब] <u>माहिती.</u>

क] कार्यक्रम.

ड] वस्तू.

Q.3. GUI चा अर्थ आहे

A] <u>ग्राफिकलयूजरइंटरफेस.</u>

ब] ग्रेटर यूजर इंटरफेस.

C] ग्राफिकल युनियन इंटरफेस.

डी] ग्राफिकल वापरकर्ता स्वारस्य.

Q.4. की बोर्ड की ज्यावर बाण असतात त्यांना म्हणतात -

अ] फंक्शन की.

ब] <u>नेव्हिगेशनकी.</u>

क] टाइपरायटर की.

ड] विशेष उद्देश कळा.

Q.5. ASSCII, EBCDIC आणि युनिकोड ही ऍप्लिकेशन सॉफ्टवेअरची उदाहरणे आहेत

अ] खरे.

ब]<u>असत्य.</u>

प्र.६. विंडोज ऑपरेटिंग सिस्टममधील स्क्रीनच्या कोणत्याही भागामध्ये प्रवेश करण्याचा सर्वात सोपा मार्ग म्हणजे वापरणे.

अ] की बोर्ड.

ब] उंदीर.

क] <u>उंदीर.</u>

ड]] जॉयस्टिक.

प्र.७. सॉफ्टवेअरला ए असे देखील म्हणतात

अ] प्रक्रिया.

ब] डेटा.

क] <u>कार्यक्रम.</u>

ड] माहिती.

प्र.१०. .... युटिलिटी हार्ड डिस्कवरील अनावश्यक फाइल्स ओळखते आणि वापरकर्त्यांच्या कमांडच्या आधारे त्या मिटवते.

अ] बॅकअप.

ब] फाइल कॉम्प्रेशन.

C] प्रोग्राम अनइन्स्टॉल करा.

डी] <u>]डिस्कक्लीनअप.</u>

प्र.११. या प्रकारचे सॉफ्टवेअर तुम्हाला अधिक उत्पादनक्षम कार्ये बनविण्यात मदत करण्यासाठी डिझाइन केलेले आहे आणि जवळजवळ प्रत्येक डिस्क लाइव्ह आणि व्यवसायात मोठ्या प्रमाणावर वापरले जाते.

अ] कम्युनिकेशन सॉफ्टवेअर.

ब] उपयुक्तता सॉफ्टवेअर.

C] <u>बेसिकऍप्लिकेशनसॉफ्टवेअर.</u>

ड] सिस्टम सॉफ्टवेअर.

प्र.१२. लघुसंगणक म्हणूनही ओळखले जाते.

अ] <u>मध्यमश्रेणीचेसंगणक.</u>

ब] वैयक्तिक डिजिटल संगणक.

C] मेनफ्रेम संगणक.

ड] लॅपटॉप संगणक.

प्र.१३. खालीलपैकी कोणते उपकरण संगणकावर जलद खेळ खेळण्यासाठी वापरले जाते.

अ] स्पर्श पृष्ठभाग.

ब] टच स्क्रीन.2

क] ट्रॅक बॉल.

ड] <u>जॉयस्टिक.</u>

प्र.१४. खालीलपैकी कोणता संगणक पोर्टेबल संगणक मानला जाणार नाही.

अ] डेस्कटॉपसंगणक.

ब] नोटबुक संगणक.

C] वैयक्तिक डिजिटल सहाय्यक.

ड] यापैकी नाही.

प्र.19............ हे पॉइंटिंग यंत्र आहे.

अ]उंदीर.

ब] प्रिंटर.

क] स्कॅनर.

ड] कीबोर्ड.

प्र.२०. F1, F2 वगैरे लेबल असलेल्या कीबोर्ड की .... म्हणतात.

अ] फंक्शनकी.

ब] संख्यात्मक कळा.

क] टाइपरायटर की.

ड] विशेष उद्देश कळा.

प्र.२१. कॅप्स लॉक सारख्या कीबोर्ड की ज्या वैशिष्ट्ये चालू किंवा बंद करतात त्यांना म्हणतात.

अ] फंक्शन की.

ब] संयोजन की.

C] टॉगलकी.

ड] विशेष उद्देश की.

प्र.२२. वर्ड प्रोसेसिंग, इलेक्ट्रॉनिक स्प्रेड शीट्स, डेटाबेस मॅनेजर आणि ग्राफिक्स प्रोग्राम हे सर्व शीर्षकाखाली गटबद्ध केले आहेत.

अ] ब्राउझिंग कार्यक्रम.

ब] कार्यप्रणाली.

C] ऍप्लिकेशनसॉफ्टवेअर.

ड] डेटा आणि माहिती.

प्र.२३. कीबोर्ड, माउस, मॉनिटर आणि सिस्टम युनिट एकत्रितपणे या नावाने देखील ओळखले जाते

अ] घन वस्तू.

ब] सॉफ्टवेअर.

क] हार्डवेअर.

ड] फर्म वेअर.

प्र.२९. कीबोर्डवर 0-9 असे लेबल लावलेल्या कळा म्हणतात.

अ] फंक्शन की.

ब] <u>संख्यात्मककळा.</u>

क] टाइपरायटर की.

ड] विशेष उद्देश कळा.

प्र.३१. .... मध्ये चरण-दर-चरण परिचय असतात जे संगणकाला कार्य कसे पूर्ण करायचे ते सांगतात.

अ] <u>कार्यक्रम.</u>

ब] हार्डवेअर.

क] डेटा.

ड] वस्तू.

Q.33.......... हे बॅकग्राउंड सॉफ्ट वेअर आहे जे संगणकाला त्याच्या अंतर्गत संसाधनांचे व्यवस्थापन करण्यास मदत करते.

अ] <u>सिस्टमसॉफ्टवेअर.</u>

ब] माहिती.

क] वस्तू.

ड] यापैकी नाही.

प्र.35. फाईल कम्प्रेशन प्रोग्राम्स शिवाय, खाली दिलेले आहेत

अ] विन जि.प.

ब] <u>RAID.</u>

क] आरएआर जिंका.

ड] पीके जि.प.

प्र.३८. कीबोर्ड की ज्यावर बाण असतात त्यांना म्हणतात.

अ] फंक्शन की.

ब] संयोजन की.

C] <u>नेव्हिगेशनकी</u>

ड] विशेष उद्देश की.

Q.42.......... सामान्यतः वापरल्या जाणार्‍या अनुप्रयोगांचे प्रतिनिधित्व करण्यासाठी आणि उघडण्यासाठी वापरल्या जाणार्‍या ग्राफिकल वस्तू आहेत.

अ] GUI.

ब] प्राइमर्स॑.

सी] विंडोज एनटी.

ड] <u>चिन्हे.</u>

Q.44. RAM मध्ये संग्रहित डेटा आहे

अ] अस्थिर आहे.

ब] <u>पॉवरचालूअसतानाचअसते</u>.

C] पॉवर बंद केल्यानंतर काही मिनिटेच शिल्लक राहते.

ड] कायमस्वरूपी आहे आणि केवळ पॉवर फेल्युअरमध्ये गमावले आहे.

प्र.४६. मॉनिटरचे प्राथमिक कार्य वापरकर्त्याला माहिती प्रदर्शित करणे आहे.

अ] <u>खरे</u>.

ब] असत्य.

प्र.४७. रॅडम ॲक्सेस मेमरी] रॅम. स्मृती प्रकार आहे.

अ] कायम.

ब] <u>तात्पुरता</u>.

क] फ्लॅश.

ड] स्मार्ट.

Q.5. Windows Vista कसे वापरायचे, समस्यानिवारण माहिती मिळवणे, समर्थन प्राप्त करणे आणि बरेच काही कसे करायचे हे जाणून घेण्यासाठी तुम्ही .... वर क्लिक करू शकता.

अ] "शोध"

ब] "विंडोज"

C] "प्रारंभ करा"

D] <u>"मदतआणिसमर्थन"</u>

प्र.६. MS पेंटमध्ये वक्र रेषा काढण्यासाठी आपल्याला .... आयकॉनवर क्लिक करावे लागेल.

अ] <u>"वक्र"</u>

ब] "ओळ"

C] "बहुभुज"

D] "आयत"

प्र.७. .... छापायच्या वर्णांची उंची आणि रुंदी संदर्भित करते.

अ] <u>"फॉन्टआकार"</u>

ब] "सीमा"

C] "सेल"

D] "फॉन्ट शैली"

प्र.८. एक बटण आहे जे "शीर्षक पट्टी" वर उपस्थित नाही.

अ] कमी करणे

ब] <u>प्रारंभकरा</u>

क] कमाल करणे

ड] बंद

प्र.९. डिस्क डीफ्रॅगमेंटरचा वापर तुमच्या हार्ड डिस्कवरील अनावश्यक फाइल्स काढून टाकण्यासाठी केला जातो आणि तुमचा संगणक अधिक वेगाने चालतो.

अ] खरे

ब] <u>असत्य</u>

प्र.११. कॅल्क्युलेटर ऍप्लिकेशन सुरू करण्यासाठी "प्रारंभ करा" क्लिक करा आणि "सर्व प्रोग्राम्स ऍक्सेसरीज कॅल्क्युलेटर" निवडा.

अ] <u>खरे</u>

ब] असत्य

प्र.१२. .... मोठा आणि गुंतागुंतीचा मजकूर दस्तऐवज तयार आणि स्वरूपित करण्यासाठी वापरला जाऊ शकतो.

एक गणकयंत्र"

ब] <u>"वर्डपॅड"</u>

C] "नोटपॅड"

D] "टेक्स्ट पॅड"

प्र.१४. फोल्डर प्रणालीला "................" असेही म्हणतात.

अ] "दिग्दर्शन प्रणाली"

ब] <u>"निर्देशिकाप्रणाली"</u>

C] "डिरेक्टरी यादी"

ड] "फोल्डर बुक"

प्र.१७. A .... हे एका कंटेनरसारखे आहे ज्यामध्ये तुम्ही फाइल्स साठवू शकता.

अ] "चिन्ह"

ब] "दस्तऐवज"

C] <u>"फोल्डर"</u>

D] "पत्रक"

प्र.१८. ऑपरेटिंग सिस्टिमचे काम .... ते आहे

अ] अनेक उपयुक्त कमांड्स सहज कार्यान्वित करा.

ब] परिभाषित अनुप्रयोग प्रोग्राम इंटरफेसद्वारे सेवेसाठी विनंती करणे.

C] <u>सर्वातमूलभूतस्तरावरसंगणकनियंत्रितकरण्यासाठी.</u>

ड] यापैकी नाही.

प्र.१९. विंडोज इंटरफेस .... वर आधारित आहे.

A] <u>"ग्राफिकलयूजरइंटरफेस"</u> किंवा GUI

B] ऍप्लिकेशन प्रोग्राम इंटरफेस किंवा] API.

C] "क्लिपबोर्ड"

ड] यापैकी नाही

प्र.२३. नोटपॅड वापरून तयार केलेली फाईल एक्स्टेंशनसह साठवली जाते.................

अ] "<u>.txt"</u>

ब] ".docx"

C] ".png"

D] ".jpg"

प्र.२५. जेव्हा तुमचा संगणक बूट होतो आणि वापरण्यासाठी तयार असतो, तेव्हा तुम्ही पाहत असलेल्या स्क्रीनला .... म्हणतात.

अ] "टेबल टॉप"

ब] "<u>डेस्कटॉप"</u>

C] "लॅपटॉप"

ड] यापैकी नाही

प्र.२७. .... हे स्पाय वेअर टाळण्यासाठी आणि काढून टाकण्यासाठी डिझाइन केलेले आहे.

अ] वापरकर्ता खाते नियंत्रण

ब] विंडोज फायरवॉल

सी] <u>विंडोजडिफेंडर</u>

ड] पालक नियंत्रण

प्र.29. "विंडोज एरो" म्हणजे काय

A] हा Windows XP साठी ग्राफिकल यूजर इंटरफेस आहे.

ब] <u>हा Windows Vista साठीग्राफिकलयूजरइंटरफेसआहे.</u>

क] अर्ज कार्यक्रम

ड] यापैकी नाही

प्र.३०. संगणकाचा मूलभूत प्रोग्राम कोणता आहे?

अ] <u>कार्यप्रणाली</u>

ब] सॉफ्टवेअर प्रोग्राम

क] अर्ज कार्यक्रम

ड] यापैकी नाही

प्र.३४. द .... मेन्यूचा वापर डॉक्युमेंटमध्ये सादर केलेला दिसण्यासाठी केला जातो.

अ] "घाला"

ब] "संपादित करा" ?

C] "<u>स्वरूप"</u>

D] "फाइल"

प्र.३५. पेंट ऑब्जेक्टमध्ये मजकूर जोडण्यासाठी "टेक्स्ट" टूल वापरला जातो.

अ] <u>खरे</u>

ब] असत्य

प्र.३६. "............" तुमच्या संगणकाचे दुर्भावनापूर्ण सॉफ्टवेअरपासून संरक्षण करण्यात मदत करते.

अ] "विंडोजफायरवॉल"

ब] "विंडोज डिफेंडर"

C] "स्पाय वेअर"

D] यापैकी.

प्र.३७. .... हा मूलभूत मजकूर संपादन कार्यक्रम आहे आणि तो सामान्यतः मजकूर फाइल्स पाहण्यासाठी किंवा संपादित करण्यासाठी वापरला जातो.

एक गणकयंत्र"

ब] "नोटपॅड"

C] "पत्ता पुस्तिका"

डी] "पेंट"

प्र.३८. विंडोज ऑपरेटिंग सिस्टम स्क्रीन सेव्हरमध्ये

A] अनेक प्रकारच्या दुर्भावनापूर्ण सॉफ्टवेअरपासून तुमच्या संगणकाचे रक्षण करण्यात मदत करते.

ब] एक लांब, उभ्या पट्टी आहे जी तुमच्या डेस्कटॉपच्या बाजूला प्रदर्शित केली जाते.

C] हाएकप्रोग्रामआहेजोविशिष्टकालावधीसाठीइनपुटप्राप्तझाल्यानंतरप्रतिमा, ऑनिमेशनकिंवासंगणकावरीलफक्तरिक्तस्क्रीनवरप्रदर्शितहोतो.

ड] यापैकी नाही.

प्र.४०. Windows Vista मधील .... वरील प्रोग्राम्स तिथेच राहतात आणि ते सुरू करण्यासाठी क्लिक करण्यासाठी तुमच्यासाठी नेहमी उपलब्ध असतात.

अ] "सर्वाधिक वारंवार वापरल्या जाणाऱ्या प्रोग्रामची सूची.

ब] "पिनकेलेल्यावस्तूंचीयादी"

C] "कागदपत्रे"

D] "नियंत्रण पॅनेल"

प्र.४१. Windows Vista मध्ये .... ही पॉवर सेव्हिंग स्टेट आहे.

अ] लॉग ऑफ करा

ब] झोप

C] रीस्टार्ट करा

ड] कुलूप

प्र.४२. AERO हे .... चे संक्षिप्त रूप आहे.

अ] अस्सल, उत्साही, चिंतनशीलआणिखुले.

ब] आवश्यक, चिंतनशील आणि खुले.

क] अंकगणित, आवश्यक, परावर्तित आणि वस्तु.

ड] अस्सल, आवश्यक, चिंतनशील आणि खुले.

Q.43. स्क्रीनच्या तळाशी, आपण एक लांब, पातळ बार पाहू शकता ज्याला .... म्हणतात.

अ] "टास्कबार"

ब] "शीर्षक पट्टी"

C] "मेनू बार"

D] "स्पेसबार"

Q.44. Windows Vista मध्ये एक "क्लिपबोर्ड" आहे ....

अ] एक अनुप्रयोग कार्यक्रम

ब] तुम्हीकॉपीकेलेल्याकिंवाएकाठिकाणाहूनहलवलेल्याआणि इतरत्रवापरण्याचीयोजनाअसलेल्यामाहितीसाठीतात्पुरतेस्टोरेजक्षेत्र.

सी] एक ऑपरेटिंग सिस्टम.

ड] यापैकी नाही.

प्र.४५. .... हा मूलभूत मजकूर संपादन कार्यक्रम आहे आणि तो सामान्यतः मजकूर फाइल्स पाहण्यासाठी किंवा संपादित करण्यासाठी वापरला जातो. एक गणकयंत्र"

ब] "नोटपॅड"

C] "पत्ता पुस्तिका"

डी] "पेंट"

प्र.४६. ...., हा एक ड्रॉइंग प्रोग्राम आहे ज्याचा वापर ग्राफिक प्रतिमा सुधारित करण्यासाठी केला जाऊ शकतो.

अ] "ब्रश"

ब] "पेंट"

C] "नोटपॅड"

D] "वर्डपॅड"

प्र.४७. .... मेनूचा वापर दस्तऐवजात सादर केलेल्या सामग्रीचे स्वरूप वाढविण्यासाठी केला जातो.

अ] "घाला"

ब] "संपादित करा"

C] "स्वरूप"

D] "फाइल"

प्र.४८. A .... हा स्क्रीनवरील एक आयताकृती विभाग आहे जो माहिती आणि इतर कार्यक्रम प्रदर्शित करण्यासाठी वापरला जातो.

अ] चिन्ह

ब] डेस्कटॉप

क] <u>खिडकी</u>

ड] पटल

प्र.५१. फाईलच्या नावात दोन भाग असतात

अ] फोल्डरचे नाव

ब] विस्तार वापरा

C] <u>फाईलचेनाव</u>

D] सब फोल्डरचे नाव वापरा

प्र.५२. वापरून आपण मजकूराद्वारे नेव्हिगेट करू शकतो

अ] सीपीयू

ब] <u>उंदीर</u>

क] की बोर्ड

ड] मॉनिटर

प्र.१. MS Word 2007 मध्ये जेव्हा मजकूर निवडला जातो, तेव्हा "............" आपोआप प्रदर्शित होतो.

अ] टास्कबार

ब] मुख्य टूलबार

C] <u>मिनीटूलबार</u>

ड] मेनू बार

Q.2. तुम्ही हे वापरून TOC बनवू शकता:

अ] शीर्षक शैली.

ब] सानुकूल शैली.

क] बाह्यरेखा स्तर.

ड] <u>हेसर्व.</u>

Q.3. .... फाईल उघडणे, जतन करणे, प्रिंट करणे आणि बंद करणे यासाठी कमांड असते.

अ] "घर"

ब] <u>"ऑफिसबटण"</u>

क] "पहा"

D] "घाला"

Q.4. .... दस्तऐवज डिझाइन करण्यासाठी विविध पर्याय ऑफर करतो.

अ] मायक्रोसॉफ्ट एक्सेल

ब] मायक्रोसॉफ्ट पॉवरपॉइंट

C] <u>मायक्रोसॉफ्टवर्ड</u>

डी] मायक्रोसॉफ्ट ऍक्सेस

Q.5. खालील सर्व रिबन टॅब वगळता Word 2007 मध्ये प्रदर्शित केले आहेत

अ] घर

ब] घाला

क] <u>साधने</u>

ड] पृष्ठ मांडणी

प्र.९. वर्डमध्ये फाईलला .... असे म्हणतात.

अ] "टेम्प्लेट"

ब] "फॉर्म"

C] "डेटाबेस"

D] <u>"दस्तऐवज"</u>

प्र.१३. A .... हा दस्तऐवजाच्या एका भागातून त्याच दुसऱ्या भागात संबंधित माहितीचा संदर्भ आहे.

अ] हायपरलिंक

ब] <u>क्रॉस-रेफरन्स</u>

क] कागदपत्र

ड] दुवा

प्र.१४. इंडेंटेशनसाठी तुम्ही तुमचा मजकूर इंडेंट करण्यासाठी "............" टॅबवरील "परिच्छेद" गटातील "इंडेंट कमी करा" आणि "इंडेंट वाढवा" चिन्ह वापरू शकता.

अ] घाला

ब] <u>घर</u>

क] पृष्ठ मांडणी

ड] डेटा

प्र.१६. "..............." हा समानार्थी शब्दांचा शब्दकोश आहे ज्याचा वापर तुम्ही एखाद्या संज्ञेचे समानार्थी शब्द शोधण्यासाठी करू शकता.

अ] भाषांतर करा

ब] शुद्धलेखन

क] <u>कोश</u>

ड] संशोधन

प्र.१७. A "............... " ही विषयांची सूची आहे जी त्यांच्या संबंधित पृष्ठ संदर्भांसह दस्तऐवजात दिसते.

अ] अनुक्रमणिका

ब] तक्ता

क] क्लिपबोर्ड

ड] <u>विषयपत्रिका</u>

प्र.१८. MS Word 2007 मध्ये उपलब्ध असलेल्या शैली लागू करून तुम्ही तुमचा दस्तऐवज स्वयंचलितपणे फॉरमॅट करू शकता.

अ] <u>खरे</u>

ब] असत्य

प्र.१९. A "............." हे वर्तमान दस्तऐवजातील स्थानाशी दुसऱ्या दस्तऐवज किंवा वेब साइटशी जोडलेले कनेक्शन आहे.

साखळी

ब] <u>हायपरलिंक</u>

क] हायपोलिंक

ड] दुवा

प्र.२६. ए "................." हा पूर्व-डिझाइन केलेला दस्तऐवज आहे जो फॅक्स, इनव्हॉइस किंवा बिझनेस लेटर यांसारखे सामान्य हेतूचे दस्तऐवज तयार करण्यासाठी उपयुक्त आहे.

अ] <u>साचा</u>

ब] फाइल

क] फॉर्म

ड] डेटाबेस

प्र.२८. A "............" क्षैतिज पंक्ती आणि उभ्या स्तंभांच्या वाचण्यास-सोप्या स्वरूपात माहिती व्यवस्थापित करण्यासाठी वापरला जातो.

अ] सेल

ब] पत्रक

क] पेटी

ड] <u>तक्ता</u>

प्र.29. डावीकडील वैयक्तिक वर्ण काढण्यासाठी तुम्ही "............" दाबू शकता.

अ] हटवा

ब] <u>बॅकस्पेस</u>

क] प्रविष्ट करा

ड] स्पेसबार

प्र.३०. जेव्हा तुम्ही "होम" टॅबवरील "फॉर्मेट प्रिंटर" आयकॉनवर क्लिक करता, तेव्हा तुम्ही पाहू शकता की तुमचा माउस पॉइंटर "............" आयकॉनमध्ये बदलतो.

अ] <u>पेंटब्रश</u>

ब] आय-बीम

क] बाण

ड] 4-वे बाण

प्र.३३. जेव्हा तुम्ही तुमचा माउस एका बटणावर हलवता तेव्हा एक .... प्रदर्शित होते. ते बटण काय करते याचे तपशीलवार वर्णन प्रदान करते.

अ] <u>सुपर-टूलटिप</u>

ब] उप-साधन

क] माहिती

ड] की-टिप

प्र.35. .... ॲप्लिकेशन्स तुम्हाला विविध प्रकारचे लिखित दस्तऐवज तयार करण्यात मदत करतात जसे की वैयक्तिक पत्रे, पत्रे, माहितीपत्रके, फॅक्स आणि अगदी व्यावसायिक हस्तपुस्तिका.

अ] <u>वर्डप्रोसेसर</u>

ब] शब्द पॅड

क] नोट पॅड

ड] यापैकी नाही

प्र.४०. दस्तऐवज स्वयंचलितपणे दुरुस्त करण्यासाठी, आम्ही वापरतो

अ] <u>स्वयंयोग्यवैशिष्ट्य</u>

ब] स्वयं पूर्ण वैशिष्ट्य

क] स्वरूपन

D] बिल्डिंग ब्लॉक्स

प्र.४१. न्यूज पेपर कॉलम्ससाठी "..............." हा एक सामान्य अनुप्रयोग आहे.

अ] बातम्या वाचणे

ब] <u>बातमीपत्र</u>

क] बातमी

ड] वृत्त संपादक

प्र.४७. दस्तऐवजात विशिष्ट स्थान चिन्हांकित करण्यासाठी ".............." वापरला जातो.

अ] अनुक्रमणिका

ब] हायपरलिंक

क] <u>बुकमार्क</u>

ड] तक्ता

प्र.५०. पदानुक्रमातील आयटमची पातळी बदलत असताना तुम्ही वापरून इंडेंट वाढवू शकता

अ] <u>"टॅब"</u>

ब] "बॅकस्पेस"

C] "हटवा"

D] "स्पेसबार"

प्र.५१. तळटीप किंवा एंडनोट्सचा वापर विशिष्ट "..................." प्रदान करण्यासाठी केला जातो.

अ] संदर्भ

ब] माहिती

क] गुण

ड] याद्या

प्र.१. फॉर्म्युला बारमध्ये, एक द्वारे विभक्त केलेले सेल पत्ते प्रारंभ आणि संपादित करून समीप श्रेणी निर्दिष्ट केली जाते

अ] अर्धविराम

ब] स्वल्पविराम

क] पूर्णविराम

ड] कोलन

Q.3. A .... हे डेटाचे दृश्य प्रतिनिधित्व आहे आणि माहिती समजण्यास सोप्या आणि आकर्षक पद्धतीने व्यक्त करते.

अ] तक्ता

ब] टेबल

क] चित्र

ड] ग्राफिक

Q.4. सूत्रांमध्ये, ... ने विभक्त केलेले सेल पत्ते देऊन एक नॉन-लग्न श्रेणी निर्दिष्ट केली जाते.

अ] अर्धविराम

ब] स्वल्पविराम

क] पूर्णविराम

ड] कोलन

Q.5. तुम्ही तुमच्या वर्कशीटमध्ये थेट संपादन करण्याऐवजी डेटा प्रविष्ट करण्यासाठी आणि संपादित करण्यासाठी .... वापरू शकता.

अ] सूत्रपट्टी

ब] शीर्षक पट्टी

C] मेनू बार

ड] स्पेस बार

प्र.६. तुमची एक्सेल 2007 फाईल "............" विस्तारासह संग्रहित केली जाते.

अ] ".docx"

ब] ".xlsx"

C] ".xltx"

D] ".zltx"

प्र.९. ".........." टॅबमध्ये शब्दलेखन तपासणी सारखी प्रूफिंग साधने आहेत.

अ] "पुनरावलोकन"

ब] "डेटा"

क] "पहा"

D] "घाला"

प्र.१८. ".........." ही एक पद्धत आहे जी तुम्हाला मूल्यांचा अंदाज लावण्यात मदत करते.

अ] "शोधा"

ब] "बदला"

C] "ध्येयशोध"

D] "वर जा"

प्र.२०. A ".........." हे पूर्वलिखित सूत्र आहे जे आपोआप गणना करते.

अ] "कार्य"

ब] "समीकरण"

C] "टेम्पलेट"

D] "प्रतिक्रिया"

प्र.२१. एमएस एक्सेल 2007 वेगवेगळ्या प्रकारच्या .... साठी वापरला जातो.

अ] आकडेमोड

ब] फेरफार

क] सादरीकरणे

ड] अभिव्यक्ती

प्र.२५. पदानुक्रमातील आयटमची पातळी बदलताना तुम्ही वापरून इंडेंट वाढवू शकता.

अ] "टॅब"

ब] "बॅकस्पेस"

C] "हटवा"

D] "स्पेसबार"

प्र.२६. समास सेट करण्यासाठी, "पृष्ठ लेआउट" टॅबवरील "पृष्ठ सेटअप" गटातून "मार्जिन" निवडा.

अ] खरे

ब] असत्य

प्र.२७. डावीकडील वैयक्तिक वर्ण काढण्यासाठी तुम्ही ".........." दाबू शकता.

अ] हटवा

ब] बॅकस्पेस

क] प्रविष्ट करा

ड] स्पेसबार

प्र.२८. ड्रॉप कॅप्स हे सुरुवातीचे पहिले वर्ण/से आहेत जे अनेक ओळींचे संभाषण करून मोठे केले जातात.

अ] खरे

ब] असत्य

प्र.29. पंक्ती आणि स्तंभाच्या छेदनबिंदूला "................" म्हणतात.

अ] तक्ता

ब] सेल

क] डेटा

ड] पत्रक

प्र.३०. A .... ही एक फाईल आहे जी अनुप्रयोगाद्वारे "वापरण्यासाठी तयार" स्वरूपात प्रदान केली जाते.

अ] पत्रक

ब] साचा

क] पुस्तक

ड] अहवाल

प्र.३१. A .... हे डेटाचे दृश्य प्रस्तुतीकरण आहे आणि माहिती समजण्यास सोप्या आणि आकर्षक पद्धतीने व्यक्त करते.

अ] तक्ता

ब] तक्ता

क] चित्र

ड] ग्राफिक

प्र.35. "............" हे वैयक्तिक डिझाइन आहेत जे दस्तऐवजाच्या वेगवेगळ्या भागांवर लागू केले जाऊ शकतात.

अ] "ग्राफिक्स"

ब] "शैली"

C] "चित्रे"

D] "थीम"

प्र.३६. "............" मध्ये फाइल उघडणे, सेव्ह करणे, प्रिंट करणे आणि बंद करणे यासाठी कमांड्स असतात.

अ] "पहा" टॅब

ब] "ऑफिस बटण"

C] "इन्सर्ट" टॅब

D] "पुनरावलोकन" टॅब

प्र.३९. पानाच्या वरच्या मार्जिनमध्ये दिसणार्‍या मजकुराला .... म्हणतात.

अ] तळटीप

ब] स्तंभ

क] शीर्षलेख

ड] परिच्छेद

प्र.४२. स्वयंचलित सापेक्ष सेल संदर्भ थांबवण्यासाठी, म्हणजे सेल संदर्भ निरपेक्ष करण्यासाठी, स्तंभ आणि पंक्ती क्रमांकाच्या आधी .... वर्ण टाइप करा.

अ] # हॅश.

ब] $ डॉलर.

क] % टक्के.

ड] * तारा.

प्र.49. मायक्रोसॉफ्ट एक्सेल 2007 मध्ये, एकल फाइल किंवा दस्तऐवज "............." असे म्हणतात.

अ] कार्यपुस्तिका

ब] कार्यपत्रक

क] पत्रक

ड] नोटबुक

प्र.५१. .... पर्यायाने, तुम्ही एकतर किंवा दोन्ही गोठवू शकता, म्हणजे पंक्ती आणि स्तंभ. तुम्ही वर्कशीटमध्ये कुठेही असलात तरीही तुम्ही या पंक्ती आणि/किंवा स्तंभांमधील माहिती नेहमी पाहू शकता.

अ] फूट

ब] व्यवस्था करा

क] फिटर

ड] फ्रीझपॅन्स

प्र.५४. MS Excel 2007 मधील टेम्प्लेट फाईलमध्ये "................." विस्तार आहे.

अ] .docx

ब] .yltx

क] .xltx

D] .zltx

प्र.५५. अ "........." पंक्ती आणि स्तंभांचा समावेश असलेल्या अकाउंटंटच्या लेजरप्रमाणे आहे.

अ] तक्ता

ब] <u>मायक्रोसॉफ्टएक्सेल 2007</u>

क] स्वरूप

ड] पत्रक

Q.3. "................" ग्राफिक हे तुमच्या माहितीचे आणि कल्पनांचे दृश्य प्रतिनिधित्व आहे.

अ] "शब्दकला"

ब] "क्लिपआर्ट"

C] <u>"स्मार्टआर्ट"</u>

डी] "ऑटोशेप"

Q.5. "................" वापरण्यास तयार असलेल्या चित्राचा संदर्भ घ्या.

अ] "शब्दकला"

ब] <u>"क्लिपआर्ट"</u>

C] "स्मार्टआर्ट"

डी] "ऑटोशेप"

प्र.८. "............" टॅबमध्ये स्लाइड शो कसा सादर करायचा हे नियंत्रित करणारी साधने आहेत.

अ] "डिझाइन"

ब] <u>"स्लाइडशो"</u>

C] "पुनरावलोकन"

D] "पहा"

प्र.१०. .... जे सेव्ह, अनडू आणि रिडू सारख्या सामान्यतः वापरल्या जाणार्‍या कमांडचे प्रतिनिधित्व करणारे आयकॉन प्रदर्शित करते.

अ] होम बटण

ब] रिबन

C] <u>क्विकॲक्सेसटूलबार</u>

ड] ऑफिस बटण

प्र.११. A "............" हे सध्याच्या डॉक्युमनेटमधील एखाद्या स्थानाशी, दुसरे दस्तऐवज किंवा वेबसाइटचे कनेक्शन आहे.

अ] हायलिंक

ब] हिपोलिंक

क] दुवा

डी] <u>हायपरलिंक</u>

प्र.१२. .... संगणकावर स्लाइड शो तयार करण्यासाठी वापरले जातात

अ] <u>सादरीकरणग्राफिक्स</u>

ब] विश्लेषणात्मक विकास कार्यक्रम

C] सुपर स्लाइड पॅकेजेस

ड] स्लाइड मेकर टूल्स

प्र.१५. ग्राफिक प्रेझेंटेशनमध्ये, प्रत्येक प्रेझेंटेशनचे कार्यक्रम .... मध्ये विभागलेले आहेत.

अ] तक्ते

ब] <u>स्लाइड्स</u>

क] तक्ते

ड] चित्रे

प्र.१९. A "..............." हे पूर्व-डिझाइन केलेले सादरीकरण आहे जे फोटो अल्बम किंवा क्विझ शो यासारख्या सामान्य हेतूसाठी डिझाइन केलेले आहे.

अ] "तक्ता"

ब] "टेबल"

C] "स्लाइड"

D] <u>"टेम्पलेट"</u>

प्र.२२. जेव्हा तुम्ही तुमचा माउस एका आकाराच्या हँडलवर हलवता तेव्हा पॉइंटर "..............." बनतो.

अ] गोल बाण

ब] <u>दोनडोक्याचाबाण</u>

क] अधिक चिन्ह

ड] चार डोक्याचा बाण

प्र.२३. पॉवरपॉइंट प्रेझेंटेशन हा खालील ॲप्लिकेशन सॉफ्टवेअरचा एक घटक आहे.

अ] लीप ऑफिस

ब] कार्यालय सुरू करा

क] ओपन ऑफिस

ड] <u>एमएसऑफिस</u>

प्र.२९. स्क्रीनच्या तळाशी असलेल्या "..........." वर प्रदर्शित केलेल्या बटणावर चेक करून तुम्ही सादरीकरण दृश्ये बदलू शकता.

अ] "शीर्षक पट्टी"

ब] "मेनू बार"

C] "टूल बार"

डी] <u>"स्टेटसबार"</u>

प्र.३३. प्रेझेंटेशन ग्राफिक्समध्ये "..........." हे स्लाइड क्रमांक, वेळ आणि तारीख, कंपनीचा लोगो किंवा हँडआउट किंवा तुमच्या प्रेझेंटेशनमधील नोट्स पेजच्या शीर्षस्थानी

प्रेझेंटेशन शीर्षक यासारखी माहिती जोडण्यासाठी वापरली जाते. , किंवा स्लाइड, हँडआउट किंवा नोट्सचा तळाशी.

अ] हायपरलिंक्स

ब] तक्ते

C] शीर्षलेखआणितळटीप

ड] तक्ते

प्र.35. "................" प्रत्यक्ष स्लाइड शो सादरीकरणाप्रमाणे संपूर्ण संगणक स्क्रीन घेते.

A] स्लाइड सॉर्टर दृश्य

ब] सामान्य दृश्य

C] स्लाइडशोदृश्य

ड] नोट्स पृष्ठ

प्र.३८. तुमच्या प्रेझेंटेशनमध्ये तुमच्याकडे मोठ्या संख्येने स्लाइड्स असल्यास, तुमच्या सर्व स्लाइड्स पाहण्यासाठी आणि त्यांचे स्थान बदलण्यासाठी .... वापरणे तुम्हाला अधिक सोयीचे वाटेल.

अ] सामान्य दृश्य

ब] स्लाइडसॉर्टरव्ह्यू

C] स्लाइड शो दृश्य

ड] नोट्स पृष्ठ

प्र.४०. मायक्रोसॉफ्ट पॉवरपॉईंटमध्ये तुमची फाईल .... विस्तारासह संग्रहित केली जाते.

अ] psd

ब] .rtf

C] .pptx

ड] .docx

प्र.४१. जेव्हा पॉइंटर .... होतो, तेव्हा तुम्ही प्लेसहोल्डरला तुमच्या इच्छेनुसार ड्रॅग करू शकता.

अ] गोल बाण

ब] दोन गोल बाण

क] अधिक चिन्ह

ड] चारडोक्याचाबाण

Q.43. "..........." हे फाइल ओळखण्यात मदत करणारे तपशील आहेत.

अ] डेस्कटॉप गुणधर्म

ब] विंडो गुणधर्म

क] प्रगत गुणधर्म

ड] <u>दस्तऐवजगुणधर्म</u>

प्र.४६. "............." हे मुख्य संपादन दृश्य आहे.

A] स्लाइड सॉर्टर दृश्य

ब] <u>सामान्यदृश्य</u>

C] स्लाइड शो दृश्य

ड] नोट्स पृष्ठ

प्र.49. "..........." टॅबमध्ये मूलभूत स्वरूपन साधने आहेत.

अ] "डिझाइन"

B] "पहा"

C] "घाला"

D] <u>"घर"</u>

Q.2. "............." हा डेटाबेस ऑब्जेक्ट आहे ज्याचा वापर मुख्यतः रेकॉर्ड प्रविष्ट करण्यासाठी आणि प्रदर्शित करण्यासाठी आणि स्क्रीनवरील विद्‌यमान रेकॉर्डमध्ये बदल करण्यासाठी केला जातो.

अ] प्रश्न.

ब] <u>फॉर्म.</u>

क] अहवाल.

ड] टेबल.

प्र.७. "............." ही एक इलेक्ट्रॉनिक डेटाबेस व्यवस्थापन प्रणाली आहे जी विविध प्रकारे माहिती संग्रहित, व्यवस्थापित, हाताळणी आणि सादर करू शकते.

अ] <u>एमएसऍक्सेस 2007.</u>

ब] एमएस वर्ड.

C] एमएस एक्सेल.

ड] एमएस पॉवरपॉइंट.

प्र.११. "............." डेटा प्रकार फक्त संख्या संग्रहित करण्यासाठी वापरला जातो.

A] ऑटो नंबर.

ब] मजकूर.

C] <u>क्रमांक.</u>

D] तारीख/वेळ.

प्र.१३. "............." ऍक्सेस 2007 मध्ये माहिती संग्रहित करते.

अ] <u>तक्ता.</u>

ब] प्रश्न.

क] अहवाल.

ड] फॉर्म.

प्र.१५. ".........." डेटा प्रकार प्रतिमा, दस्तऐवज, आलेख इत्यादी संग्रहित करण्यासाठी वापरला जातो.

अ] हायपरलिंक.

ब] ओईएलऑब्जेक्ट.

क] मजकूर.

ड] वर्णन.

प्र.१६. ".........." फील्डमध्ये एंटर करता येणाऱ्या वर्णांची कमाल संख्या ठरवते.

अ] स्वरूप.

ब] इनपुट मास्क.

क] मथळा.

ड] क्षेत्राचाआकार.

प्र.१७. डेटाबेसमधील माहिती .... मध्ये संग्रहित केली जाते.

अ] तक्ता.

ब] पेटी.

क] फोल्डर.

डी] टेबल.

प्र.१८. ".........." हा डीफॉल्ट डेटा प्रकार आहे आणि त्याचा वापर शब्द, शब्द आणि संख्या यांचे संयोजन आणि गणनेमध्ये न वापरलेले संख्या यासारख्या मजकूर नोंदी संग्रहित करण्यासाठी केला जातो.

अ] मजकूर.

ब] संख्या.

क] मेमो.

ड] चलन.

प्र.२१. ऍक्सेसमध्ये, प्रत्येक डेटाबेस एका फाईलमध्ये संग्रहित केला जातो ज्यामध्ये विस्तार असतो.

अ] ".docx"

ब] ".rtf"

क] ".accdb"

D] ".txt"

.

प्र.२३. A .... फील्डमध्ये साठवलेला डेटा ओळखण्यासाठी वापरला जातो.

अ] तक्ता.

ब] क्षेत्राचेनाव.

क] पेटी.

ड] कंस.

प्र.२५. "........." डेटा एंट्री सुलभ करते आणि कोणता डेटा आवश्यक आहे आणि तो कसा प्रदर्शित करायचा हे नियंत्रित करते.

अ] स्वरूप.

ब] इनपुटमास्क.

क] मथळा.

ड] क्षेत्राचा आकार.

प्र.२७. .... अनेक डेटा प्रकार प्रदान करते.

अ] शब्द 2007.

ब] प्रवेश 2007 .

सी] एक्सेल 2007.

ड] पॉवरपॉइंट 2007.

Q.33. "..........." या विंडो आहेत ज्या तुम्ही टेबलमधील माहिती सहजपणे पाहण्यासाठी किंवा बदलण्यासाठी तयार करता आणि व्यवस्था करता.

अ] तक्ता.

ब] प्रश्न.

क] अहवाल.

ड] फॉर्म.

प्र.३४. "........." काही अटी किंवा आवश्यकता पूर्ण करण्यासाठी सहज डेटा प्रतिबंधित करते.

A] प्रमाणीकरण मजकूर.

ब] डीफॉल्ट मूल्य.

C] प्रमाणीकरणनियम.

ड] स्वरूप.

प्र.३६. "..........." डेटा प्रकार मजकूर फील्डमध्ये संग्रहित करण्यासाठी खूप लांब असलेला मजकूर संग्रहित करण्यासाठी वापरला जातो.

अ] मजकूर.

ब] संख्या.

क] मेमो.

ड] चलन.

प्र.३८. "..........." फील्ड कॅप्शन किंवा वापरकर्त्यासाठी डेटा प्रविष्ट करण्यासाठी प्रॉम्प्ट निर्दिष्ट करते.

अ] स्वरूप.

ब] इनपुट मास्क.

क] <u>मथळा.</u>

ड] क्षेत्राचा आकार.

Q.43. प्राथमिक की असणे आवश्यक आहे

अ] अद्विवतीय परंतु परवानगी शून्य.

ब] <u>अद्विवतीयआणिशून्यनाही.</u>

C] नॉन-युनिक आणि शून्य नाही.

D] नॉन-युनिक आणि परमिट शून्य.

Q.44. खालीलपैकी कोणती कार्ये DBA द्वारे केली जातात?

अ] डेटाबेस डिझाइन.

ब] प्रणाली सुरक्षा.

सी] बॅकअप आणि पुनर्प्राप्ती.

ड] <u>वरीलसर्व.</u>

प्र.४५. "............" हा एक रिलेशन डेटाबेस मॅनेजमेंट ऍप्लिकेशन आहे जो डेटाबेस तयार करण्यासाठी आणि त्याचे विश्लेषण करण्यासाठी वापरला जातो.

अ] शब्द 2007.

ब] <u>प्रवेश 2007.</u>

सी] सिस्टम सुरक्षा.

ड] पॉवरपॉइंट 2007.

प्र.४७. A "............" हे तुमच्या टेबलमधील फील्ड किंवा फील्डचा संच आहे जो प्रत्येक रेकॉर्डसाठी एक अद्विवतीय ओळखकर्ता प्रवेश प्रदान करतो.

अ] पासवर्ड.

ब] विशेष संहिता.

C] <u>प्राथमिककी.</u>

ड] अद्विवतीय कोड.

प्र.५१. डेटाबेस परिभाषित करण्याची पहिली पायरी काय आहे.

अ] डेटाबेस डिझाइन करणे.

ब] डेटा संकलन.

C] <u>तुमच्याडेटाबेसचेनियोजनकरणे.</u>

ड] तुमचा डेटा डिजिटाइझ करणे.

प्र.५४. डीबीएमएस म्हणजे....................

A] <u>डेटाबेसव्यवस्थापनप्रणाली.</u>

B] डोमेन व्यवस्थापन प्रणाली.

C] डोमेन मॅनेजमेंट सर्व्हर.

D] डोमेन व्यवस्थापन शैली.

Q.58 तुम्ही मजकूर फील्डमध्ये कॅरेक्टर्स पर्यंत प्रविष्ट करू शकता.

अ] ३७५

ब] 125

क] 235

ड] <u>255</u>

प्र.१. नेटस्केप नेव्हिगेटर हा एक प्रकार आहे ....

A] उपयुक्तता कार्यक्रम.

ब] कार्यप्रणाली.

C] <u>ब्राउझर.</u>

ड] वेब ऑथरिंग प्रोग्राम.

Q.2. जेव्हा तुम्ही "http://www.mkcl.org" सारखा पत्ता टाइप करता तेव्हा या .org मध्ये सूचित होते.

A] <u>मूळवेबसाइट.</u>

ब] व्यावसायिक वेब साइट.

C] संस्थात्मक वेब साइट.

ड] शैक्षणिक वेबसाईट.

Q.3. तुम्ही .... आणि............... वापरून विशिष्ट विषयासाठी वर्ल्ड वाइड वेबवर शोधू शकता.

अ] गोफर्स, फिडोस.

B] स्कॅनर, शोध इंजिन.

C] <u>शोधइंजिन, अनुक्रमणिका.</u>

डी ब्राउझर्स, लार्कर्स.

Q.4. अ] एन. .... हा इंटरनेटवर माहिती आणि संदेश कसे पाठवले जातात यासाठी नियमांचा एक संच आहे.

A] <u>प्रोटोकॉल.</u>

ब] ISP.

क] ऍपलेट.

D] HTML हायपर टेक्स्ट मार्कअप भाषा.

Q.5. विशिष्ट विषयाबद्दल इंटरनेटवर चर्चा म्हणून ओळखले जाते

अ] बातमी.

ब] <u>वृत्तगट.</u>

क] वेरोनिका.

ड] टेलनेट.

प्र.६. खालीलपैकी कोणता प्रोटोकॉलचा प्रकार नाही?

अ] TCI/IP

ब] <u>ASCII</u>

क] यापैकी नाही.

ड] ppp

प्र.७. खालीलपैकी कोणता प्रोटोकॉलचा प्रकार आहे?

अ] ASCII

ब] रॅम

C] <u>TCI/IP</u>

D] DBA

प्र.८. ई-मेल संदेशाचे तीन भाग आहेत

A] TCP/IP, डोमेन आणि ISP.

ब] गंतव्यस्थान, उपकरण आणि प्रेषक.

C] <u>शीर्षलेख, संदेशआणिस्वाक्षरी.</u>

D] TCP, IP आणि संदेश.

प्र.९. जगभरातील अनेक संगणकांना जोडणारे नेटवर्क म्हणजे काय?

अ] इंट्रानेट.

B] <u>इंटरनेट.</u>

क] अर्पणेत.

ड] नेटवर्क.

प्र.१०. खालीलपैकी कोणता ब्राउझर आहे.

अ] वेब साईट.

ब] मायक्रोसॉफ्ट.

C] <u>इंटरनेटएक्सप्लोरर.</u>

ड] www.

प्र.११. DNS या अटींचा अर्थ आहे.

अ] डेटा नामकरण प्रणाली.

ब] नाव प्रणाली करा.

C] <u>डोमेननेमसिस्टम.</u>

ड] डुप्लिकेट नाव प्रणाली.

प्र.१२. इंटरनेट ई-मेल पत्ता प्रत्येक वापरकर्त्यासाठी .... आहे.

अ] <u>अद्वितीय.</u>

ब] समान.

क] सामान्य.

ड] यापैकी नाही.

प्र.१३. कोणत्याही वेबसाइटवर नेव्हिगेट करण्यासाठी, वापरकर्त्यास प्रविष्ट करणे आवश्यक आहे

अ] URL.

ब] www.

क] पीपीपी.

ड] यापैकी नाही.

प्र.१४. ई-कॉमर्सचे पूर्ण रूप काय आहे?

अ] इंग्रजी वाणिज्य.

ब] इलेक्ट्रॉनिककॉमर्स.

C] इलेक्ट्रिक कॉमर्स.

ड] घटक वाणिज्य.

प्र.१५. तुम्हाला आवश्यक असलेल्या एखाद्याला ई-मेल पाठवण्यासाठी ....

अ] रहिवासी पत्ता.

ब] इंटरनेटकनेक्टिव्हिटी.

C] फॅक्स पत्ता.

ड] यापैकी नाही.

प्र.१६. .... हे वेबपेज पाहण्यासाठी वापरले जाते.

अ] इनबॉक्स.

ब] रिसायकल बिन.

C] इंटरनेटएक्सप्लोरर.

D] नेटवर्क नेबरहुड.

प्र.१७. URL चे पूर्ण रूप

अ] युनिव्हर्सल रिसोर्स लोकेटर.

B] एकसमानसंसाधनलोकेटर.

C] युनि रिसोर्स लोकेटर.

ड] यापैकी नाही.

प्र.१९. खालीलपैकी कोणते सर्च इंजिन आहे.

अ] गुगल.

ब] अल्टा व्हिस्टा.

क] याहू.

ड] हेसर्व.

प्र.२०. ई-कॉमर्स म्हणजे काय?

अ] ऑनलाइनविक्री, खरेदी, खातेहाताळणीइ.

ब] विषय वाणिज्य प्रवाह.

C] व्यावसायिक समस्या हाताळण्यासाठी इलेक्ट्रॉनिक उपकरणे.

D] वरील सर्व.

प्र.२१. .gov, .edu, .mil, आणि .net या विस्तारांना म्हणतात.

A] DNS.

ब] ई-मेल लक्ष्य.

C] डोमेनकोड.

ड] पत्त्यावर मेल.

प्र.२२. वेब स्पायडर आणि क्रॉलर्स याची उदाहरणे आहेत

अ] ब्राउझर.

ब] शोधइंजिन.

C] HTML प्रोग्राम्स.

ड] ज्वाळा.

प्र.२३. URL म्हणजे काय?

अ] वर्ल्ड वाइड वेबवर फिरण्यासाठी वापरलेले सॉफ्टवेअर पॅकेज..

B] वर्ल्डवाइडवेबवरीलसंसाधनाचापत्ता.

C] अंतर्गत विझार्डचे वर्णन करण्यासाठी वापरल्या जाणार्‍या संज्ञा.

D] एक थेट गप्पा कार्यक्रम [अमर्यादित रिअल टाइम भाषा.

प्र.२४. "www." हे संक्षेप काय आहे. याचा अर्थ.

अ] वर्ल्डवाइडवेब.

ब] वाइड वाइड वेब.

क] वर्ल्ड विड्थ वेब.

ड] वेबसह जग.

प्र.२५. वापरकर्त्याला कीवर्डवर डेटा शोधण्याची परवानगी देणारी वेबसाइट आहे:

अ] चॅट इंजिन.

ब] राउटर.

C] वेब सर्व्हर.

ड] शोधइंजिन.

प्र.२६. खालीलपैकी कोणते वेब सर्च इंजिन जगभरात वापरले जाते?

अ] डोमेन.

ब] गुगल.

क] टॉगल करा.

ड] यापैकी नाही.

प्र.२७. जेव्हा तुम्ही एखादा विषय शोधण्यासाठी a(n) .... वापरता, तेव्हा तुम्ही शोधत असलेली माहिती स्ट्रक्चर सारख्या डेटाबेसमध्ये व्यवस्थित केली जाते.

अ] <u>शोधइंजिन.</u>

ब] निर्देशांक.

क] कोळी.

ड] ॲपलेट.

प्र.२८. खालीलपैकी कोणती प्रणाली इलेक्ट्रॉनिक पत्र किंवा संदेश व्यक्ती किंवा संगणक यांच्यात पाठविली जाते.

अ] <u>ई-मेल.</u>

ब] ऑनलाइन सेवा.

C] संसाधने सामायिक करा.

ड] व्हॉइस मेल संदेशन.

प्र.29. आवडत्या सूचीमध्ये वर्तमान वेब जोडण्यासाठी.

A] <u>"आवडते - आवडीमध्येजोडा" वरक्लिककरा.</u>

B] "जोडा - आवडी" वर क्लिक करा.

C] "फाइल - आवडते क्लिक करा.

ड] हे सर्व.

प्र.३०. वेबवरून एका साइटवरून दुसर्‍या साइटवर फिरणे याला............... असे म्हणतात.

अ] जोडणे.

ब] <u>नेव्हिगेटकरणे.</u>

क] उडी मारणे.

ड] पेजिंग.

प्र.३२. इंटरनेटवर पाठवलेली माहिती लहान तुकड्यांमध्ये विभागली जाते ज्याला म्हणतात.

अ] <u>पॅकेट्स.</u>

ब] पीपीपी

सी] ई-मेल फॉर्म.

ड] संदेश.

प्र.३३. PPP आणि SLIP सारखे प्रोटोकॉल वापरले जातात.

अ] <u>डेटाट्रान्सफर.</u>

ब] डायलअप इंटरनेट कनेक्शन.

C] डोमेन नोंदणी.

ड] यापैकी नाही.

प्र.३४. .com .... संस्थेचे प्रकार सूचित करते.

अ] <u>व्यावसायिक.</u>

ब] कॉम्प्लेक्स.

क] कंपनी.

ड] मालवाहू.

प्र.35. दुसऱ्या व्यक्तीच्या मेलबॉक्समध्ये इंटरनेटवर संदेश पाठवणे आहे

अ] ई-व्यवसाय.

ब] ई-पत्र.

C] ई-मेल.

ड] सायबर माली.

प्र.१. हा वैयक्तिक माहिती व्यवस्थापकांचा एक प्रकार आहे.

अ] एमएस वर्ड 2007

ब] एमएस एक्सेल 2007

सी] एमएस पॉवरपॉइंट 2007

ड] एमएसआउटलुक 2007

Q.5. तुम्हाला तुमचे कामाचे वातावरण वैयक्तिकृत करायचे असल्यास तुमचे संपर्क व्यवस्थापित करणारे साधन वापरायचे आहे. शेड्युल इ. तुम्ही वापराल.

अ] मायक्रोसॉफ्ट ऑफिस एक्सेल 2007

ब] मायक्रोसॉफ्ट ऑफिस पॉवरपॉईंट 2007

C] Microsoft Office Outlook 2007

D] मायक्रोसॉफ्ट ऑफिस वर्ड 2007

प्र.६. एमएस आउटलुक 2007 मधील एंट्री, जी 24 तासांपेक्षा जास्त काळ गमावली त्याला असे म्हणतात

अ] घटना

ब] प्रदर्शन

क] मेल

ड] कॅलेंडर

प्र.९. A .... हा MS Outlook 2007 मध्ये वापरला जाणारा वर्णनात्मक कीबोर्ड किंवा वाक्यांश आहे ज्यामध्ये तुम्ही संबंधित वस्तू नियुक्त करू शकता.

अ] श्रेणी

ब] मेल

क] नोट्स

ड] बिंदू

प्र.१२. .... या तुमच्या ई-मेल संदेशासोबत असलेल्या वेगळ्या बाह्य फाइल्स आहेत.

अ] संलग्नक

ब] पर्याय

क] ई-मेल

ड] पार्सल

प्र.१९. तुम्हाला तुमचे संपर्क फाइलमध्ये सेव्ह करावे लागतील, जेणेकरून ते भविष्यात वापरण्यासाठी उपलब्ध असतील. याला म्हणतात.................

अ] "जतन करणे"

ब] "आयात करणे"

C] "निर्यातकरणे"

D] "अर्कळ"

प्र.२८. तुम्हाला मिळालेली माहिती तुमच्या मित्राला किंवा इतर कोणत्याही व्यक्तीपर्यंत पोहोचवायला तुम्ही गेलात तेव्हा तुम्हाला .... तुम्हाला मिळालेला मेल.

अ] "शेअर करा"

ब] "दे"

C] "पाठवा"

D] "फॉरवर्ड"

प्र.३०. .... हे एक इलेक्ट्रॉनिक पुस्तक आहे, ज्यामध्ये तुम्ही ज्यांच्याशी संवाद साधता त्या सर्व लोकांची तपशीलवार माहिती समाविष्ट आहे.

अ] पत्तापुस्तिका

ब] दिनदर्शिका

क] कार्य

ड] नोटबुक

प्र.१. जेव्हा वेब साइट विकसित केली जाते; विविध एकमेकांशी जोडलेल्या फाईल्स एकत्र गटबद्ध केल्या आहेत. कोणत्या सुविधेचा वापर करून हे साध्य केले जाते.

अ] हायपरटेक्स्ट.

ब] हायपरलिंक्स.

C] नेटवर्क.

ड] यापैकी नाही.

Q.2. इंटरनेट मधील संक्षेप "www" म्हणजे काय:

अ] वर्ल्डवाइडवेब.

ब] वाइड वाइड वेब.

क] वर्ल्ड विड्थ वेब.

ड] वेबसह जग.

Q.3. .... हे सर्वात वेगाने वाढणाऱ्या इंटरनेट ॲप्लिकेशन्सपैकी एक आहे.

अ] ई-मेल.

ब] <u>खरेदी.</u>

क] गुंतवणूक.

ड] वाणिज्य.

Q.4. .... ही नवीन संगणक भाषा आहे जी वर्ल्ड वाइड वेबसाठी ॲनिमेशन आणि गेम लिहिण्यासाठी वापरली जाते.

अ] <u>जावा.</u>

ब] सी.

C] C++.

ड] HTML.

Q.5. .... मेलिंग लिस्टमध्ये बातम्यांचे गट आणि चॅट गट समाविष्ट करा.

अ] <u>चर्चागट.</u>

ब] इंटरनेट गट.

C] IP गट.

ड] हे सर्व.

प्र.६. खालीलपैकी कोणते सर्च इंजिन आहे.

अ] गुगल.

ब] अल्टा व्हिस्टा.

क] याहू.

ड] <u>हेसर्व.</u>

प्र.८. IRC मध्ये, R चा अर्थ आहे:

अ] वास्तविक.

ब] <u>रिले.</u>

क] रेकॉर्ड.

ड] यादृच्छिक.

प्र.९. ॲपलेट हे .... भाषेत लिहिलेले विशेष कार्यक्रम आहेत.

अ] <u>जावा.</u>

ब] HTML.

क] HTTP.

D] यापैकी काहीही नाही.

प्र.१०. ई-मेलमध्ये खालील सर्व मूलभूत घटकांचा समावेश आहे.

अ] शीर्षलेख.

ब] <u>तळटीप.</u>

क] संदेश.

ड] स्वाक्षरी.

प्र.११. इन्स्टंट मेसेजिंग तुम्हाला अनुमती देते

अ] ई-मेलसंदेशपाठवा.

ब] डेटा शेअर करणे.

C] तुमच्या संदेशांचे त्वरित उत्तर.

ड] रिअल टाइममध्ये होणाऱ्या संभाषणात एकाच वेळी अनेकांशी संवाद साधणे.

प्र.१२.] जेव्हा तुम्ही a] एन. .... एखाद्या विषयाचा शोध घेण्यासाठी तुम्ही जी माहिती शोधता ती डेटाबेसमध्ये व्यवस्थापित केली जाते - सारखी रचना.

अ] शोधइंजिन.

ब] निर्देशांक.

क] कोळी.

ड] ऍपलेट.

प्र.१३. .gov, .edu, .mil, आणि .net या विस्तारांना म्हणतात.

A] DNS.

ब] ई-मेल लक्ष्य.

C] डोमेनकोड.

ड] पत्त्यांवर मेल करा.

प्र.१४.] वेब स्पायडर हे सर्च इंजिन म्हणूनही ओळखले जातात..

अ] खरे.

ब] असत्य.

Q.15.B2c, C2C आणि B2B हे .... चे प्रकार आहेत.

अ] ई-मेल.

ब] ई-कॉमर्स.

क] ई-रोख.

ड] हे सर्व.

प्र.१६. कोणत्याही वेबसाइटवर नेव्हिगेट करण्यासाठी, वापरकर्त्यास प्रविष्ट करणे आवश्यक आहे.

अ] URL.

ब] www.

क] पीपीपी.

ड] यापैकी नाही.

प्र.१७. वेब स्पायडर आणि क्रॉलर्स ही उदाहरणे आहेत

अ] ब्राउझर.

ब] शोधइंजिन.

C] HTML प्रोग्राम्स.

ड] ज्वाळा.

प्र.१८. .com .... प्रकारच्या संस्थेची वेबसाइट दर्शवते.

अ] <u>वाणिज्य</u>.

ब] कॉम्प्लेक्स.

क] कंपनी.

ड] मालवाहू.

Q.19.ISP म्हणजे.

अ] अंतर्गत सेवा योजना.

ब] इंटरनेट सेवा योजना.

C] अविभाज्य सेवा योजना.

ड] <u>इंटरनेटसेवाप्रदाता</u>.

Q.20............ हे असे प्रोग्राम आहेत जे वेब संसाधनांमध्ये प्रवेश प्रदान करतात.

अ] <u>ब्राउझर</u>.

ब] शोध इंजिन.

क] कार्यक्रम.

ड] हे सर्व.

प्र.२१. वर्ल्ड वाइड वापरण्यात येणारे वेब सर्च इंजिन कोणते आहे?

अ] डोमेन.

ब] <u>गुगल</u>.

क] टॉगल करा.

ड] हे सर्व.

प्र.२२. विशिष्ट बद्दल इंटरनेटवर चर्चा म्हणून ओळखले जाते

अ] बातमी.

ब] <u>वृत्तसमूह</u>.

C] वेरोनिका.

ड] टेलनेट.

प्र.२३. URL मधून पूर्ण

अ] युनिव्हर्सल रिसोर्स लोकेटर.

B] <u>एकसमानसंसाधनलोकेटर</u>.

C] युनि रिसोर्स लोकेटर.

ड] यापैकी नाही.

प्र.२४. .... हे जावामध्ये लिहिलेले विशेष कार्यक्रम आहेत.

A] Java प्रोग्राम्स.

ब] <u>ऍपलेट्स</u>.

C] प्रकल्प.

ड] यापैकी नाही.

प्र.२५. FTP म्हणजे.

अ] क्षेत्र हस्तांतरण प्रकल्प.

ब] फाइल हस्तांतरण प्रकल्प.

C] <u>फाइलट्रान्सफरप्रोटोकॉल.</u>

ड] यापैकी नाही.

प्र.२८. तुम्ही यामध्ये "http://www.mkcl.org" असा पत्ता टाइप करता. org सूचित करते की ते ए

A] मूळ वेब साइट.

ब] व्यावसायिक वेब साइट.

C] <u>संस्थात्मकवेबसाइट.</u>

ड] शैक्षणिक वेबसाईट.

प्र.29. तुम्ही .... आणि .... वापरून विशिष्ट विषयासाठी वर्ल्ड वाइड वेब शोधू शकता.

अ] गोफर, फिडोस.

ब] स्कॅनर, शोध इंजिन.

C] <u>शोधइंजिन, इंडेक्स.</u>

ड] ब्राउझर, लुकर्स.

प्र.३१. एक लोकप्रिय चॅट सेवा म्हणतात -

अ] इंटरनेट रिलीझ चॅट.

ब] इंटरनेट विनंती चॅट.

C] इंटरनेट संसाधन चॅट.

डी] <u>इंटरनेटरिलेचॅट.</u>

प्र.३३. जेव्हा तुम्ही a] एन वापरता. .... एखादा विषय शोधण्यासाठी, तुम्ही शोधत असलेली माहिती डेटाबेसमध्ये व्यवस्थापित केली जाते - सारखी रचना.

अ] <u>शोधइंजिन.</u>

ब] निर्देशांक.

क] कोळी.

ड] ॲपलेट.

प्र.३४. बिंदूच्या खालील डोमेन नावाच्या शेवटच्या भागाला .... म्हणतात.

A] <u>डोमेनकोड.</u>

ब] ई-मेल लक्ष्य.

C] DNS.

ड] पत्त्यांवर मेल करा.

प्र.35. वेबपेज डिझाइन करताना खालील स्क्रिप्ट भाषा वापरली जाते.

अ] हायपरटेक्स्टमार्क-अपभाषा.

B] हायपर लिंक मार्क-अप भाषा.

C] हायपर टेक्स्ट वेब भाषा.

ड] यापैकी नाही.

प्र.३६. ई-मेल म्हणजे काय?

अ] अभियांत्रिकी मेलिंग.

ब] इंटरनेट मेलिंग.

C] इलेक्ट्रॉनिकमेलिंग.

ड] वरील सर्व.

प्र.३७. IM म्हणजे ....

अ] झटपट बनवणे.

ब] अंतर्गत संदेशवहन.

क] इन्स्टंटमेसेजिंग.

ड] यापैकी नाही.

प्र.३९. निर्देशिका शोध म्हणून देखील ओळखले जाते

अ] थेट शोध.

ब] अद्वितीय शोध.

क] अनुक्रमणिकाशोध.

ड] हे सर्व.

प्र.४०. URL म्हणजे काय

A] एक सॉफ्टवेअर पॅकेज वर्ल्ड वाइड वेबवर फिरण्यासाठी वापरले जाते.

ब] वर्ल्डवाइडवेबवरीलसंसाधनाचापत्ता.

C] इंटरनेट विझार्डचे वर्णन करण्यासाठी वापरलेला शब्द.

D] अमर्यादित रिअल टाइम भाषा.

प्र.४१. नेटस्केप नेव्हिगेटर हा एक प्रकार आहे ....

A] उपयुक्तता कार्यक्रम.

ब] कार्यप्रणाली.

C] ब्राउझर.

ड] वेब ऑथरिंग प्रोग्राम.

प्र.१......... प्रोग्राम्स जे तुमच्या संगणक प्रणालीला व्हायरस किंवा इतर हानीकारक प्रोग्राम्सपासून वाचवतात.

अ] बॅकअप.

ब] अँटीव्हायरस.

क] विस्थापित करा.

ड] यापैकी नाही.

Q.3. .... हा एक उपयुक्तता कार्यक्रम आहे जो अनावश्यक तुकड्या शोधतो आणि काढून टाकतो आणि ऑपरेशन्स ऑप्टिमाइझ करण्यासाठी फाइल्स आणि न वापरलेली डिस्क स्पेस पुनर्रचना करतो.

अ] बॅकअप.

ब] डिस्कडीफ्रॅगमेंटर.

C] विस्थापित करा.

ड] हे सर्व.

Q.6............ ही ऑपरेटिंग सिस्टिमची एकावेळी एकापेक्षा जास्त ॲप्लिकेशन चालवण्याची क्षमता आहे.

अ] बूट करणे.

ब] कॉपिंग.

क] पेस्ट करणे.

ड] बहुकार्य.

Q.7............ डेटा आणि प्रोग्राम्स साठवण्यासाठी वापरले जातात.

अ] फोल्डर.

ब] फाइल.

क] रिसायकल बिन.

ड] यापैकी नाही.

प्र.८. A............ ही जोडणारी रिंग आहे.

अ] ट्रॅक.

ब] क्षेत्र.

क] गोल.

ड] यापैकी नाही.

प्र.१०. प्रत्येक ट्रॅक पाचर-आकाराच्या विभागात विभागलेला असतो ज्याला .... म्हणतात.

मार्ग.

ब] क्षेत्र.

क] गोल.

ड] यापैकी नाही.

Q.11............ हे सेवा कार्यक्रम म्हणूनही ओळखले जातात.

अ] ओएस.

ब] उपकरण चालक.

क] <u>उपयुक्तता.</u>

ड] हे सर्व.

प्र.१२. सॉफ्टवेअरचा प्रकार ज्याचे वर्णन "अंतिम वापरकर्ता" सॉफ्टवेअर म्हणून केले जाऊ शकते.

अ] डॉस.

ब] सिस्टम सॉफ्टवेअर.

C] <u>ऍप्लिकेशनसॉफ्टवेअर.</u>

D] ऑपरेटिंग सॉफ्टवेअर.

Q.13.GUI म्हणजे

A] <u>ग्राफिकलयूजरइंटरफेस.</u>

ब] ग्रेटर यूजर इंटरफेस.

C] ग्राफिकल युनियन इंटरफेस.

D] ग्राफिकल यूजर इंटरफेस.

प्र.१४. यापैकी कोणत्या ऑपरेटिंग सिस्टममध्ये ग्राफिकल यूजर इंटरफेस नाही?

अ] विंडोज ९५.

ब] मॅक ओएस.

सी] लिनक्स.

ड] <u>एमएसडॉस.</u>

प्र.१५. भाषा अनुवादक प्रोग्रामरद्वारे लिहिलेल्या प्रोग्रामिंग सूचनांचे रूपांतर संगणकाला समजणाऱ्या आणि प्रक्रिया केलेल्या भाषेत करतात.

अ] <u>खरे.</u>

ब] असत्य.

Q.16............ हा अनेक स्वतंत्र समस्यानिवारण युटिलिटीजचा संग्रह आहे.

अ] बॅकअप.

ब] <u>नॉर्टनयुटिलिटीज.</u>

C] विस्थापित करा.

ड] वरील सर्व.

प्र.१७. .... वापरकर्ता इंटरफेस प्रदान करते, संगणक संसाधने नियंत्रित करते आणि प्रोग्राम चालवते.

अ] चालक.

ब] <u>कार्यप्रणाली.</u>

C] डेस्कटॉप.

ड] यापैकी नाही.

Q.18.......... युटिलिटी हार्ड डिस्कवरील अत्यावश्यक नसलेल्या फाईल्स ओळखते आणि जेव्हा वापरकर्ता त्यांच्या मिटवण्याची परवानगी देतो तेव्हाच त्या मिटवते.

अ] अनइन्स्टॉल प्रोग्राम.

ब] बॅकअप.

C] फाइल कॉम्प्रेशन.

डी] डिस्कसाफकरणे.

प्र.१९. खालीलपैकी कोणते कार्य प्रणालीचे कार्य आहे.

अ] संसाधनांचे व्यवस्थापन.

B] रनिंग ॲप्लिकेशन्स.

C] वापरकर्ता इंटरफेस प्रदान करणे.

ड] वरीलसर्व.

प्र.२०. .... सामान्यतः वापरल्या जाणार्‍या अनुप्रयोगांचे प्रतिनिधित्व करण्यासाठी वापरल्या जाणार्‍या ग्राफिकल वस्तू आहेत.

अ] GUI.

ब] चालक.

सी] विंडोज एनटी.

ड] चिन्हे.

प्र.२१. संगणक सुरू करणे किंवा पुन्हा सुरू करणे याला .... प्रणाली म्हणतात.

अ] बूटकरणे.

ब] कॉपिंग.

क] पेस्ट करणे.

D] मल्टीटास्किंग.

प्र.२२. .... हे विशेष प्रोग्राम आहेत जे विशिष्ट इनपुट किंवा आउटपुट उपकरणांना उर्वरित संगणक प्रणालीशी संवाद साधण्याची परवानगी देतात.

A] डिव्हाइसड्रायव्हर्स.

ब] उपयुक्तता.

C] OS.

ड] यापैकी नाही.

प्र.२४. .... कमांड्सची सूची प्रदर्शित करते ज्याचा वापर माहितीमध्ये प्रवेश मिळवण्यासाठी, हार्डवेअर सेटिंग्ज बदलण्यासाठी, मध्ये संग्रहित माहिती शोधण्यासाठी, ऑनलाइन मदत मिळवण्यासाठी आणि संगणक बंद करण्यासाठी केला जाऊ शकतो.

अ] GUI.

ब] डेस्कटॉप.

क] चिन्ह.

D] प्रारंभबटण.

प्र.२५. नेटवर्क ऑपरेटिंग सिस्टमचे खालीलपैकी कोणते उदाहरण आहे?

अ] नेटवेअर.

ब] विंडोज एनटी सर्व्हर.

सी] विंडोज एक्सपी सर्व्हर.

ड] वरीलसर्व.

प्र.२७. कोणते प्रोग्राम फायलींचा आकार कमी करतात जेणेकरून ते डिस्कवर कमी जागा व्यापतात.

अ] बॅकअप.

ब] डिस्कक्लीनअप.

C] फाइल कॉम्प्रेशन.

डी] प्रोग्राम अनइन्स्टॉल करा.

प्र.३०. .... प्रोग्रामरने लिहिलेल्या प्रोग्रॅमिंग सूचना संगणकाला समजतात आणि त्यावर प्रक्रिया करतात अशा भाषेत रूपांतरित करा.

अ] उपयुक्तता.

ब] उपकरण चालक.

C] भाषाअनुवादक.

ड] यापैकी नाही.

प्र.३१. सिस्टीम सॉफ्टवेअरमध्ये खालील वगळता सर्व समाविष्ट आहेत.

अ] ऑपरेटिंग सिस्टम.

ब] उपकरण चालक.

C] उपयुक्तता.

ड] डेस्कटॉपप्रकाशन.

प्र.३२. .... हे बॅकग्राउंड सॉफ्टवेअर आहे जे कॉम्प्युटरला स्वतःची अंतर्गत संसाधने व्यवस्थापित करण्यास मदत करते.

अ] सिस्टमसॉफ्टवेअर.

ब] माहिती.

C] वस्तू.

ड] यापैकी नाही.

प्र.१. मायक्रोप्रोसेसरमध्ये दोन मूलभूत घटक असतात.

अ] कंट्रोल युनिट.

ब] अंकगणित तर्कशास्त्र एकक.

क] हे सर्व.

D] यापैकीकाहीहीनाही.

Q.2. खालीलपैकी कोणते डेटा प्रोसेसिंग युनिट आहे

अ] <u>CPU.</u>

ब] रॅम.

क] हार्ड डिस्क.

ड] फ्लॉपी.

Q.5. RISC चा अर्थ आहे.

अ] <u>कमीकेलेलासूचनासंचसंगणक.</u>

B] इंस्ट्रक्शन सेट कॉम्प्युटर वाचा.

क] सूचना सॉफ्टवेअर संगणक कमी करा.

D] यापैकी काहीही नाही.

प्र.६. .... सर्व सिस्टम संगणकांना जोडते आणि इनपुट आणि आउटपुट डिव्हाइसला सिस्टम युनिटशी संवाद साधण्याची परवानगी देते.

अ] <u>सिस्टमबोर्ड.</u>

ब] मॉनिटर.

C] माउस.

ड] यापैकी नाही.

प्र.७. मायक्रोप्रोसेसर चिप्सचे प्रकार आहेत

अ] CISC चिप्स.

ब] RISC चिप्स.

क] <u>हेसर्व.</u>

ड] यापैकी नाही.

प्र.९. खालीलपैकी प्राथमिक मेमरी कोणती आहे?

अ] <u>रॅम.</u>

ब] सीडी.

क] फ्लॉपी.

ड] हार्ड डिस्क.

प्र.१०. रँडम ऍक्सेस मेमरी] रॅम. स्मृती प्रकार .... आहे.

अ] कायम.

ब] <u>तात्पुरता.</u>

क] फ्लॅश.

ड] स्मार्ट.

प्र.१४. CISC म्हणजे.

अ] संगणक सूचना संच संगणक.

B] <u>कॉम्प्लेक्सइंस्ट्रक्शनसेटकॉम्प्युटर.</u>

C] कॉम्प्लेक्स इंडेक्स सेट कॉम्प्युटर.

D] यापैकी काहीही नाही.

प्र.१६. नोट बुक सिस्टम युनिट्‌सना अनेकदा .... असे म्हणतात.

A] PDA.

ब] लॅपटॉप.

C] डेस्कटॉप.

ड] यापैकी नाही.

प्र.१७. .... याला सिस्टम कॅबिनेट किंवा चेसिस असेही म्हणतात.

अ] सिस्टमयुनिट.

ब] मॉनिटर.

C] की बोर्ड.

ड] यापैकी नाही.

प्र.२१. खालीलपैकी कोणता घटक डेटा साठवण्यासाठी वापरला जातो?

अ] CPU.

ब] स्मृती.

C] इनपुट डिव्हाइस.

ड] आउटपुट डिव्हाइस.

प्र.२३. मायक्रोप्रोसेसर प्रणालीमध्ये, कंट्रोल प्रोसेसिंग युनिट] CPU. किंवा प्रोसेसर एकाच चिपवर असतो ज्याला .... म्हणतात.

अ] स्लॉट.

ब] बंदर.

क] मायक्रोप्रोसेसर.

ड] यापैकी नाही.

प्र.२४. .... हा एक 16-बिट कोड आहे जो चीनी आणि जपानी सारख्या आंतरराष्ट्रीय भाषेला समर्थन देण्यासाठी डिझाइन केलेला आहे.

अ] युनिकोड.

ब] ASCII

क] EBCDIC

ड] यापैकी नाही.

प्र.२६. खालीलपैकी कोणते संगणक मेमरीचे एकक आहे.

A] किलोग्रॅम.

ब] किलोबाइट्‌स.

अ] मीटर.

ब] सेल्सिअस.

प्र.29. खालीलपैकी कोणते स्मरणशक्तीचे एकक सर्वोच्च आहे?

अ] गिगाबाइट.

ब] बाइट्स.

क] मेगाबाइट्स.

ड] किलोबाइट्स.

प्र.३२. खालीलपैकी प्राथमिक स्मृती कोणती?

अ] रॅम.

ब] सीडी.

क] फ्लॉपी.

ड] हार्ड डिस्क.

Q.4. कीबोर्डवर 0 -9 असे लेबल लावलेल्या की म्हणतात.

अ] फंक्शन की.

ब] टाइपरायटर की.

C] संख्यात्मककी.

ड] विशेष उद्देश की.

प्र.६. .... लोकांना जे समजते ते संगणकावर प्रक्रिया करू शकतील अशा स्वरूपात उपकरणे भाषांतरित करतात.

अ] इनपुट.

ब] आउटपुट.

अ] हेसर्व.

ब] यापैकी नाही.

प्र.७. F1, F2 आणि असे लेबल असलेल्या कीबोर्ड की यांना............... म्हणतात.

अ] फंक्शनकी.

ब] संख्यात्मक कळा.

C] टाइपरायटर की.

ड] विशेष उद्देश की.

प्र.८. खालीलपैकी कोणते उपकरण पॉइंटिंग प्रकारच्या उपकरणाचे नाही?

अ] उंदीर.

ब] टच स्क्रीन.

क] कीबोर्ड.

ड] जॉयस्टिक.

प्र.९. यापैकी कोणते इनपुट उपकरण नाही?

अ] मॉनिटर.

ब] उंदीर.

क] की बोर्ड.

ड] जॉयस्टिक.

प्र.१४. कॅप्स लॉक सारख्या कीबोर्ड की जे वैशिष्ट्य चालू किंवा बंद करतात त्यांना म्हणतात.

अ] फंक्शन की.

ब] संयोजन की.

C] टॉगलकी.

ड] विशेष उद्देश की.

प्र.१७. डेस्कटॉपवर दिसणाऱ्या माऊस पॉइंटरला .... असे देखील म्हणतात.

अ] बाणसूचक.

ब] की पॉइंटर.

C] डिस्प्ले पॉइंटर.

ड] यापैकी नाही.

प्र.२१. विंडोज ऑपरेटिंग सिस्टममधील स्क्रीनच्या कोणत्याही भागामध्ये प्रवेश करण्याचा सर्वात सोपा मार्ग म्हणजे वापरणे

अ] की बोर्ड.

ब] उंदीर.

क] उंदीर.

ड] जॉयस्टिक.

प्र.२५. फंक्शन की ऐवजी ज्या शॉर्टकट तयार करण्यासाठी वापरल्या जातात.

अ] टॉगल की.

ब] विशेष कळा.

क] संयोजनकी.

ड] संख्यात्मक की.

प्र.२८. कोणता प्रिंटर कागदाच्या पृष्ठभागावर शाईचे लहान थेंब उच्च वेगाने फवारून डेटा किंवा प्रतिमा मुद्रित करतो?

अ] इंकजेटप्रिंटर.

ब] लेझर प्रिंटर.

C] डॉट मॅट्रिक्स प्रिंटर.

ड] ड्रम प्रिंटर.

प्र.29. खालीलपैकी कोणती की टॉगल की नाही?

अ] कॅप्स लॉक.

ब] संख्या लॉक.

क] स्क्रोल लॉक.

ड] <u>नियंत्रण.</u>

प्र.३०. कीबोर्ड की ज्यावर बाण असतात त्यांना म्हणतात.

अ] फंक्शन की.

ब] <u>नेव्हिगेशनकी.</u>

C] टाइपरायटर की.

ड] विशेष उद्देश की.

प्र.३१. A .... हे यंत्रासारखे प्रकाश संवेदनशील पेन आहे.

अ] <u>हलकापेन.</u>

ब] जॉय स्टिक.

C] टच स्क्रीन.

ड] यापैकी नाही.

प्र.३३. वेगवान संगणक गेम खेळण्यासाठी खालीलपैकी कोणते उपकरण वापरले जाते?

अ] <u>जॉयस्टिक.</u>

ब] स्पर्श पृष्ठभाग.

C] टच स्क्रीन.

ड] ट्रॅक बॉल.

Q.2. यापैकी कोणता फाइल कॉम्प्रेसिंग प्रोग्राम नाही?

अ] विन जि.प.

ब] पीके जि.प.

क] आरएआर जिंका.

ड] <u>RAID.</u>

Q.4. .... सोनी कॉर्पोरिशनच्या डिस्कची क्षमता 200 MB किंवा 720 MB आहे.

अ] सुपर डिस्क.

ब] <u>HiFD डिस्क.</u>

C] झिप डिस्क.

ड] यापैकी नाही.

प्र.६. .... डेटा गरजांचा अंदाज घेऊन हार्ड-डिस्क कार्यप्रदर्शन सुधारते.

A] <u>डिस्कपकडणे.</u>

ब] डिस्क डीफ्रॅगमेंट.

क] डिस्क लेखन.

ड] यापैकी नाही.

प्र.७. 3.5 फ्लॉपी डिस्क क्षमता .... आहे.

अ] <u>१.४४एमबी.</u>

ब] 1 एमबी.

C] 1.66 MB.

ड] 1.55 एमबी.

प्र.९. CD-ROM चा अर्थ आहे.

अ] कॉम्पॅक्टडिस्करीडओन्लीमेमरी.

B] कॉम्पॅक्ट डिस्क मेमरी एकदा वाचली.

C] CD-RW.

ड] यापैकी नाही.

प्र.१०........... प्रोग्राम्स जे तुमच्या कॉम्प्युटर सिस्टीमला व्हायरस किंवा इतर हानीकारक प्रोग्राम्सपासून वाचवतात.

अ] बॅकअप.

ब] अँटीव्हायरस.

क] विस्थापित करा.

ड] यापैकी नाही.

प्र.११. वर्तुळाच्या एका भागाला काय नाव दिले जाते ज्यावर स्टोरेज मीडियामध्ये डेटा लिहिला जातो?

मार्ग.

ब] क्षेत्र.

क] सिलेंडर.

ड] सर्पिल.

प्र.१२. CD-RW डिस्क म्हणजे.

अ] सीडी-पुनर्लेखनकरण्यायोग्य.

ब] सीडी-रेकॉर्डेबल.

C] CD-ROM.

ड] यापैकी नाही.

प्र.१३. .... हे ओमेगा द्वारे उत्पादित केले जाते आणि आजच्या मानक फ्लॉपी डिस्कच्या 500 पट जास्त क्षमता 100 MB, 250 MB किंवा 750 MB आहे.

अ] सुपर डिस्क.

ब] HiFD डिस्क.

C] झिपडिस्क.

ड] यापैकी नाही.

Q.16........... इमेशन द्वारे उत्पादित केले जातात आणि त्यांची क्षमता 120 MB किंवा 240 MB असते.

अ] सुपरडिस्क.

ब] HiFD डिस्क.

C] झिप डिस्क.

ड] यापैकी नाही.

प्र.१७. .... ही काढता येण्याजोगी स्टोरेज उपकरणे आहेत जी मोठ्या प्रमाणात माहिती साठवण्यासाठी वापरली जातात.

अ] हार्डडिस्कपॅक.

ब] सीडी.

C] फ्लॉपी डिस्क.

ड] यापैकी नाही.

प्र.२०. डिस्क लेबलवरील 2 HD म्हणजे.

अ] दोन बाजू, कमी घनता.

ब] दोनबाजूउच्चघनता.

C] एक बाजू उच्च घनता.

ड] यापैकी नाही.

Q.21........... डिस्क्सची स्टोरेज क्षमता 120 MB आहे आणि ड्रायव्हर्स मानक 3.5" फ्लॉपी डिस्कवर डेटा वाचण्यास आणि संग्रहित करण्यास सक्षम आहेत.

अ] सुपरडिस्क्स.

ब] HiFD डिस्क.

C] झिप डिस्क.

ड] यापैकी नाही.

प्र.२३. CD-R चा अर्थ आहे.

अ] सीडी-रेकॉर्डेबल.

ब] सीडी-रनर.

C] CD-रिसीव्हर.

ड] यापैकी नाही.

प्र.२४. प्रत्येक ट्रॅक म्हणतात पाचर घालून घट्ट बसवणे-आकार विभागांमध्ये विभागलेला आहे.

मार्ग.

ब] क्षेत्र.

क] गोल.

ड] यापैकी नाही.

औद्योगिक प्रशिक्षण संस्था

मासिक चाचणी-1, गुण- 20, तारीख:- ______________

(प्रत्येक प्रश्नाला दोन गुण असतात)

७] जखमी किंवा आजारी व्यक्तीला प्राथमिक उपचार दिले जातात....

अ] जीव वाचवा

ब] मफचा पुढील बिघाड टाळा

क] शक्य तितका आराम द्या

ड] हे सर्व

84] खालीलपैकी कोणते अग्निशामक थेट विद्युत आगीसाठी योग्य आहे?

अ] हालोन

ब] पाणी

क] फेस

ड] द्रवीभूत रसायन

151] जेव्हा लोड असेल तेव्हाच 3-फेज सिस्टीममध्ये वीज मोजण्यासाठी एकल वॉटमीटरचा वापर केला जाऊ शकतो.

अ] संतुलित

ब] असंतुलित

C] संतुलित तसेच असंतुलित भार

ड] स्थिर

152] सूचक साधनामध्ये पॉइंटरची हालचाल निर्माण करणारे बल म्हणतात...

अ] विक्षेपण शक्ती

ब] नियंत्रण शक्ती

क] ओलसर बल

ड] विचलित करणारी शक्ती

153] कायम चुंबक हलवणारे कॉइल इन्स्ट्रुमेंट वाचेल...

अ] फक्त एसी परिमाण

ब] फक्त DC प्रमाण

C] AC आणि DC दोन्ही प्रमाण

ड] धडधडणारे प्रमाण

154] गुरुत्वाकर्षण नियंत्रण वापरणारे साधन.. मध्ये वापरले तर ते बरोबर वाचेल.

अ] फक्त उभ्या स्थितीत

ब] फक्त क्षैतिज स्थिती

C] केवळ झुकलेली स्थिती

ड] कोणतेही पद

155] कायमस्वरूपी चुंबक हलवणाऱ्या कॉइल इन्स्ट्रुमेंटमध्ये खालीलपैकी कोणती ओलसर पद्धत वापरली जाते?

अ] हवा ओलावणे

ब] द्रवपदार्थ ओलावणे

क] स्प्रिंग ओलसर

ड] एडी करंट डॅम्पिंग

156] मूव्हिंग कॉइल इन्स्ट्रुमेंट ... च्या प्रभावावर कार्य करते.

अ] रासायनिक प्रभाव

ब] हीटिंग इफेक्ट

सी] इलेक्ट्रोस्टॅटिक प्रभाव

ड] इलेक्ट्रोमॅग्नेटिक प्रभाव

157] विद्युत उर्जा मोजण्यासाठी तुमच्या घरी बसवलेले मीटर हे याचे उदाहरण आहे...

अ] संकेत प्रकार साधन

ब] रेकॉर्डिंग प्रकार साधन

C] सूचित करणारे तसेच रेकॉर्डिंग प्रकाराचे साधन

ड] इंटिग्रेटिंग टाईप इन्स्ट्रुमेंट

158]. कायम चुंबकासाठी खालीलपैकी कोणत्या साहित्याला प्राधान्य दिले जाते?

अ] अल्निको

ब] य-मिश्रधातू

C] सिलिकॉन स्टील

ड] लोह

औद्योगिक प्रशिक्षण संस्था

मासिक चाचणी-2, गुण- 20, तारीख:- _______________

(प्रत्येक प्रश्नाला दोन गुण असतात)

159] ज्या वाद्याचे निरपेक्ष साधन म्हणून वर्गीकरण केले जाऊ शकते ते आहे...

अ] मिली ammeter

ब] सूक्ष्म ammeter

C] गॅल्व्हानोमीटर

ड] स्पर्शिका गॅल्व्हनोमर

160] खालीलपैकी कोणत्या पद्धतीचा वापर लोखंडी यंत्रामध्ये सामान्यतः केला जातो?

अ] हवा ओलावणे

ब] द्रवपदार्थ ओलावणे

क] एडी करंट डॅम्पिंग

ड] स्निग्धता भिजवणे

161] फिरत्या लोखंडी उपकरणाचा विक्षेपित टॉर्क थेट प्रमाणात असतो.

अ] प्रवाह

ब] प्रवाहाचा वर्ग

C] प्रवाहाचे वर्गमूळ

डी] व्होल्टेज

162]मध्यम प्रतिरोधकता थेट मोजण्यासाठी खालीलपैकी कोणता वापरला जातो?

अ] ammeter

ब] मेगर

क] ओममीटर

ड] व्होल्टमीटर

163] ओममीटर मोजण्यासाठी वापरले जाते ...

अ] इन्सुलेशन प्रतिरोध

ब] प्रतिकार

क] प्रवाह

ड] संभाव्य फरक

164] खालीलपैकी कोणता घटक ओममीटरचा भाग नाही?

अ] स्थिर रोधक

ब] व्हेरिएबल रेझिस्टर

C] कर्पॅसिटर

डी] बॅटरी

165] शंट ओममीटरमध्ये, कमाल विक्षेपण दर्शवते..

अ] कमाल प्रतिकार

ब] किमान प्रतिकार

सी] मेगर मध्ये एक दोष

ड] यापैकी नाही

166].अज्ञात DC व्होल्टेज मोजायचे आहे, तुम्ही प्रथम कोणती मापन श्रेणी निवडाल?

A] 500V

ब] 50V

क] 1.5 व्ही

ड] 0.5V

167].मायक्रो अँपिअर रेटिंगचा अज्ञात डायरेक्ट करंट मोजायचा आहे, तुम्ही प्रथम कोणती मापन श्रेणी निवडाल?

अ] 20 मायक्रो अँप

ब] 15 मायक्रो अँप

C] 150 मायक्रो अँप

डी] 500 मायक्रो अँप

168] मल्टीमीटर मोजू शकत नाही...

अ] प्रवाह

ब] संभाव्य फरक

क] कॅपेसिटन्स

ड] प्रतिकार

औद्योगिक प्रशिक्षण संस्था

मासिक चाचणी-३, गुण- २०, तारीख:- ______________

(प्रत्येक प्रश्नाला दोन गुण असतात)

169] डायनॅमोमीटर प्रकार मोजण्यासाठी वापरले जातात ...

अ] फक्त एसी परिमाण

ब] फक्त DC प्रमाण

C] AC आणि DC दोन्ही

ड] फक्त स्पंदन करणारा एसी

170] वॉटमीटरमध्ये कोणता प्रभाव वापरला जातो?

अ] इलेक्ट्रोडायनामिक प्रभाव

ब] थर्मल इफेक्ट

क] रासायनिक प्रभाव

ड] इलेक्ट्रोस्टॅटिक प्रभाव

171] खाली सूचीबद्ध केलेले कोणते वाद्य AC आणि DC दोन्हीमध्ये वॉटमीटर म्हणून कार्यक्षमतेने कार्य करते?

A] PMMC साधन

ब] डायनामोमीटर वाद्य

क] गरम तार वाद्य

डी] एमआय इन्स्ट्रुमेंट

172] इलेक्ट्रोडायनामिक प्रकारचे साधन सामान्यतः मोजण्यासाठी वापरले जाते ...

अ] व्होल्टेज

ब] प्रवाह

क] प्रतिकार

ड] वरीलपैकी नाही

173] जेव्हा ऊर्जा मीटरचा फेज आणि न्यूट्रल अदलाबदल होतो तेव्हा त्याची डिस्क...

अ] उलट दिशेने फिरते

B] योग्य दिशेने फिरते

क] थांबेल

ड] हळूहळू फिरते

ई] उच्च वेगाने फिरते

174] जेव्हा ऊर्जा मीटरची चकती कोणतेही भार न जोडता फिरत असते तेव्हा त्रुटी म्हणतात.

अ] रेंगाळणारी त्रुटी

ब] फेज त्रुटी

C] घर्षण त्रुटी

डी] तापमान त्रुटी

175] AC सिंगल फेज एनर्जी मीटर्सच्या युनिटमध्ये ऊर्जेची नोंद करतात.

अ] किलोवॅट तास

ब] हजारो डिस्क रोटेशनची संख्या

C] व्होल्ट अँपिअर

D] किलो व्होल्ट अँपिअर

176] एक मेगर प्रतिकारशक्ती मोजतो...

अ] ओम

ब] शेकडो ओम

क] हजारो ओम

ड] लाखो ओम

177] एक मेगर केवळ मोजण्यासाठी डिझाइन केलेले आहे..

अ] खूप उच्च प्रतिकार

ब] खूप कमी प्रतिकार

C] पॉवर लाईन्समधील ग्राउंड फॉल्ट्स

डी] डीसी मोटर्सवर जास्त भार

178] पाईप अर्थिंगसाठी स्टील पाईपच्या गॅल्वनाइज्ड लोहाचा किमान अंतर्गत व्यास आवश्यक आहे ...

अ] 12.5 मिमी

ब] 16 मिमी

क] 3.5 मिमी

ड] 4 मी

औद्योगिक प्रशिक्षण संस्था

मासिक चाचणी-4, गुण- 20, तारीख:- _______________

(प्रत्येक प्रश्नाला दोन गुण असतात)

179] पृथ्वीचा वाहक जमिनीवर जाण्यासाठी मार्ग प्रदान करतो..

अ] गळती करंट

ब] प्रवाहापेक्षा जास्त

C] उच्च व्होल्टेज

डी] सर्किट करंट

180] जर सर्किट कॉपर कंडक्टरचा आकार 10 चौरस-मिमी असेल तर GI] वायरमधील अर्थ कंडक्टरचा आकार ...

अ] 1.5 चौ.मी

ब] 2.5 चौ.मी

क] 5 चौ.मि.मी

ड] 10 चौ.मी

181] एक कॅलरी म्हणजे,,,

अ] 4187 जूल

ब] 418.7 ज्युल

C] 41.87 ज्युल्स

ड] ४.१८७ ज्युल्स

2. ट्रान्झिस्टरमधील क्षीण थरांची संख्या .... आहे.

अ] चार

ब] तीन

सुळका

ड] दोन

3. ट्रान्झिस्टरचा पाया .... डोप केलेला असतो

अ] भारी

ब] माफक प्रमाणात

क] हलके

D] वरीलपैकी काहीही नाही

4. ट्रान्झिस्टरमध्ये सर्वात मोठा आकार असणारा घटक म्हणजे ....

अ] संग्राहक

ब] आधार

क] उत्सर्जक

ड] कलेक्टर-बेस-जंक्शन

5. pnp ट्रान्झिस्टरमध्ये, वर्तमान वाहक .... आहेत.

अ] स्वीकारणारा आयन

ब] दाता आयन

C] मुक्त इलेक्ट्रॉन

ड] छिद्र

6. ट्रान्झिस्टरचा संग्राहक .... आहे. डोप केलेले

अ] भारी

ब] माफक प्रमाणात

क] हलके

D] वरीलपैकी काहीही नाही

7. ट्रान्झिस्टर हे .... ऑपरेट केलेले उपकरण आहे

अ] प्रवाह

ब] व्होल्टेज

C] व्होल्टेज आणि करंट दोन्ही

D] वरीलपैकी काहीही नाही

8. एनपीएन ट्रान्झिस्टरमध्ये, ... अल्पसंख्याक वाहक आहेत

अ] मुक्त इलेक्ट्रॉन

ब] छिद्र

क] दाता आयन

डी] स्वीकारणारा आयन

औद्योगिक प्रशिक्षण संस्था

मासिक चाचणी-5, गुण- 20, तारीख:- _______________

(प्रत्येक प्रश्नाला दोन गुण असतात)

9. ट्रान्झिस्टरचा उत्सर्जक .... डोप केलेला असतो

अ] हलकेच

ब] भारी

क] माफक प्रमाणात

D] वरीलपैकी काहीही नाही

10. ट्रान्झिस्टरमध्ये, बेस करंट हा एमिटर करंटच्या .... इतका असतो

अ] २५%

ब] २०%

क] ३५%

ड] ५%

11. ट्रान्झिस्टरच्या बेस-एमिटर जंक्शन्सवर, एखाद्याला .... आढळते.

अ] एक उलट पूर्वाग्रह

ब] एक विस्तृत क्षीणता थर

क] कमी प्रतिकार

D] वरीलपैकी काहीही नाही

12. ट्रान्झिस्टरचा इनपुट प्रतिबाधा .... आहे.

उंच

ब] कमी

क] खूप उच्च

ड] जवळजवळ शून्य

13. एमिटर मधील बहुतेक बहुसंख्य वाहक ....

अ] बेसमध्ये पुन्हा एकत्र करा

ब] उत्सर्जक मध्ये पुन्हा एकत्र करा

क] बेस प्रदेशातून कलेक्टरकडे जा

D] वरीलपैकी काहीही नाही

14. वर्तमान IB .... आहे.

अ] इलेक्ट्रॉन प्रवाह

ब] भोक प्रवाह

C] दाता आयन करंट

डी] स्वीकारणारा आयन प्रवाह

15. ट्रान्झिस्टरमध्ये ....

A] IC = IE + IB

B] IB = IC + IE

C] IE = IC − IB

D] IE = IC + IB

16. ट्रान्झिस्टरचे a चे मूल्य .... आहे.

अ] १ पेक्षा जास्त

ब] १ पेक्षा कमी

क] १

D] वरीलपैकी काहीही नाही

17. IC = aIE + ...

A] IB

ब] आयसीईओ

C] ICBO

ड] ßIB

18. ट्रान्झिस्टरचा आउटपुट प्रतिबाधा .... आहे.

उंच

ब] शून्य

क] कमी

ड] खूप कमी

औद्योगिक प्रशिक्षण संस्था

मासिक चाचणी-6, गुण- 20, तारीख:- ______________

(प्रत्येक प्रश्नाला दोन गुण असतात)

19. टॅन्सिस्टरमध्ये, IC = 100 mA आणि IE = 100.2 mA. ß चे मूल्य .... आहे.

अ] 100

ब] 50

क] सुमारे १

ड] 200

20. ट्रान्झिस्टरमध्ये जर ß = 100 आणि कलेक्टर करंट 10 mA असेल, तर IE .... आहे.

A] 100 mA

ब] 100.1 mA

C] 110 mA

D] वरीलपैकी काहीही नाही

२१. ß आणि a मधील संबंध .... आहे.

A] ß = 1 / (1 – a)

B] ß = (1 – a) / a

C] ß = a / (1 – a)

D] ß = a / (1 + a)

22. ट्रान्झिस्टरसाठी ß चे मूल्य साधारणपणे .... असते.

अ] 1 पेक्षा कमी

ब] 20 ते 500 दरम्यान

क] ५०० च्या वर

8. मालिका रेझोनान्समध्ये, सर्किट .... प्रतिबाधा देते

अ] शून्य

ब] कमाल

क] किमान

ड] वरीलपैकी काहीही नाही

9. रेझोनंट सर्किटमध्ये .... घटक असतात

A] R आणि L फक्त

B] R आणि C फक्त

क] फक्त आर

D] L आणि C

10. मालिका किंवा समांतर रेझोनान्समध्ये, सर्किट .... लोड म्हणून वागते

अ] कॅपेसिटिव्ह

ब] प्रतिरोधक

क] आगमनात्मक

ड] वरीलपैकी काहीही नाही

11. मालिका रेझोनान्सच्या वेळी, L ओलांडून व्होल्टेज .... आहे. सी ओलांडून व्होल्टेज

A] च्या बरोबरीच्या पण टप्प्यात विरुद्ध

ब] च्या बरोबरीने पण टप्प्यात

C] पेक्षा मोठे पण सह टप्प्यात

D] पेक्षा कमी पण सह टप्प्यात

12. जेव्हा L किंवा C एकतर वाढवले जाते, तेव्हा LC सर्किटची रेझोनंट वारंवारता ....

अ] तसाच राहतो

ब] वाढते

क] कमी होते

ड] अपुरा डेटा

13. समांतर रेझोनान्समध्ये, निव्वळ प्रतिक्रियात्मक घटक सर्किट करंट .... आहे.

अ] कॅपेसिटिव्ह

ब] शून्य

क] आगमनात्मक

ड] वरीलपैकी काहीही नाही

औद्योगिक प्रशिक्षण संस्था

मासिक चाचणी-7, गुण- 20, तारीख:- _______________

(प्रत्येक प्रश्नाला दोन गुण असतात)

14. समांतर रेझोनान्समध्ये, सर्किट प्रतिबाधा .... आहे.

A] C/LR

B] R/LC

C] CR/L

D] L/CR

15. समांतर LC सर्किटमध्ये, इनपुट सिग्नल फ्रिक्वेंसी रेझोनंट फ्रिक्वेंसीपेक्षा वाढल्यास ....

A] XL वाढते आणि XC कमी होते

ब] XL कमी होते आणि XC वाढते

C] XL आणि XC दोन्ही वाढतात

D] XL आणि XC दोन्ही कमी होतात

16. LC सर्किटचा Q .... ने दिला आहे.

A] 2pfr x R

B] R/2pfrL

क] 2pfrL/R

D] R2/2pfrL

17. जर LC सर्किटचा Q वाढला, तर बँडविड्थ ....

अ] वाढते

ब] कमी होते

क] तसाच राहतो

ड] अपुरा डेटा

प्र.१४. खालीलपैकी कोणता संगणक पोर्टेबल संगणक मानला जाणार नाही.

अ] डेस्कटॉप संगणक.

ब] नोटबुक संगणक.

C] वैयक्तिक डिजिटल सहाय्यक.

ड] यापैकी नाही.

प्र.19............ हे पॉइंटिंग यंत्र आहे.

अ] उंदीर.

ब] प्रिंटर.

क] स्कॅनर.

ड] कीबोर्ड.

प्र.२०. F1, F2 वगैरे लेबल असलेल्या कीबोर्ड की .... म्हणतात.

अ] फंक्शन की.

ब] संख्यात्मक कळा.

क] टाइपरायटर की.

ड] विशेष उद्देश कळा.

प्र.२१. कॅप्स लॉक सारख्या कीबोर्ड की ज्या वैशिष्ट्ये चालू किंवा बंद करतात त्यांना म्हणतात.

अ] फंक्शन की.

ब] संयोजन की.

C] टॉगल की.

ड] विशेष उद्देश की.

प्र.२२. वर्ड प्रोसेसिंग, इलेक्ट्रॉनिक स्प्रेड शीट्स, डेटाबेस मॅनेजर आणि ग्राफिक्स प्रोग्राम हे सर्व शीर्षकाखाली गटबद्ध केले आहेत.

अ] ब्राउझिंग कार्यक्रम.

ब] कार्यप्रणाली.

क] ऍप्लिकेशन सॉफ्टवेअर.

ड] डेटा आणि माहिती.

प्र.२३. कीबोर्ड, माउस, मॉनिटर आणि सिस्टम युनिट एकत्रितपणे या नावाने देखील ओळखले जाते

अ] घन वस्तू.

ब] सॉफ्टवेअर.

क] हार्डवेअर.

ड] फर्म वेअर.

औद्योगिक प्रशिक्षण संस्था

मासिक चाचणी-8, गुण- 20, तारीख:- ______________

(प्रत्येक प्रश्नाला दोन गुण असतात)

प्र.29. कीबोर्डवर 0-9 असे लेबल लावलेल्या कळा म्हणतात.

अ] फंक्शन की.

ब] संख्यात्मक कळा.

क] टाइपरायटर की.

ड] विशेष उद्देश कळा.

प्र.३१. .... मध्ये चरण-दर-चरण परिचय असतात जे संगणकाला कार्य कसे पूर्ण करायचे ते सांगतात.

अ] कार्यक्रम.

ब] हार्डवेअर.

क] डेटा.

ड] वस्तू.

Q.33.......... हे बॅकग्राउंड सॉफ्ट वेअर आहे जे संगणकाला त्याच्या अंतर्गत संसाधनांचे व्यवस्थापन करण्यास मदत करते.

अ] सिस्टम सॉफ्टवेअर.

ब] माहिती.

क] वस्तू.

ड] यापैकी नाही.

प्र.35. फाईल कम्प्रेशन प्रोग्राम्स शिवाय, खाली दिलेले आहेत

अ] विन जि.प.

ब] RAID.

क] आरएआर जिंका.

ड] पीके जि.प.

प्र.३८. कीबोर्ड की ज्यावर बाण असतात त्यांना म्हणतात.

अ] फंक्शन की.

ब] संयोजन की.

C] नेव्हिगेशन की

ड] विशेष उद्देश की.

Q.42.......... सामान्यतः वापरल्या जाणार्‍या अनुप्रयोगांचे प्रतिनिधित्व करण्यासाठी आणि उघडण्यासाठी वापरल्या जाणार्‍या ग्राफिकल वस्तू आहेत.

अ] GUI.

ब] प्राइमर्स'.

सी] विंडोज एनटी.

ड] चिन्हे.

Q.44. RAM मध्ये संग्रहित डेटा आहे

अ] अस्थिर आहे.

ब] पॉवर चालू असतानाच असते.

C] पॉवर बंद केल्यानंतर काही मिनिटेच शिल्लक राहते.

ड] कायमस्वरूपी आहे आणि केवळ पॉवर फेल्युअरमध्ये गमावले आहे.

प्र.४६. मॉनिटरचे प्राथमिक कार्य वापरकर्त्याला माहिती प्रदर्शित करणे आहे.

अ] खरे.

ब] असत्य.

प्र.४७. रँडम ऍक्सेस मेमरी] रॅम. स्मृती प्रकार आहे.

अ] कायम.

ब] तात्पुरता.

क] फ्लॅश.

ड] स्मार्ट.

Q.5. Windows Vista कसे वापरायचे, समस्यानिवारण माहिती मिळवणे, समर्थन प्राप्त करणे आणि बरेच काही कसे करायचे हे जाणून घेण्यासाठी तुम्ही .... वर क्लिक करू शकता.

अ] "शोध"

ब] "विंडोज"

C] "प्रारंभ करा"

D] "मदत आणि समर्थन"

औद्योगिक प्रशिक्षण संस्था

मासिक चाचणी-9, गुण- 20, तारीख:- _______________

(प्रत्येक प्रश्नाला दोन गुण असतात)

प्र.६. MS पेंटमध्ये वक्र रेषा काढण्यासाठी आपल्याला .... आयकॉनवर क्लिक करावे लागेल.

अ] "वक्र"

ब] "ओळ"

C] "बहुभुज"

D] "आयत"

प्र.७. .... छापायच्या वर्णांची उंची आणि रुंदी संदर्भित करते.

अ] "फॉन्ट आकार"

ब] "सीमा"

C] "सेल"

D] "फॉन्ट शैली"

प्र.८. एक बटण आहे जे "शीर्षक पट्टी" वर उपस्थित नाही.

अ] कमी करणे

ब] प्रारंभ करा

क] कमाल करणे

ड] बंद

प्र.९. डिस्क डीफ्रॅगमेंटरचा वापर तुमच्या हार्ड डिस्कवरील अनावश्यक फाइल्स काढून टाकण्यासाठी केला जातो आणि तुमचा संगणक अधिक वेगाने चालतो.

अ] खरे

ब] असत्य

प्र.११. कॅल्क्युलेटर ॲप्लिकेशन सुरू करण्यासाठी "प्रारंभ करा" क्लिक करा आणि "सर्व प्रोग्राम्स ॲक्सेसरीज कॅल्क्युलेटर" निवडा.

अ] खरे

ब] असत्य

प्र.१२. .... मोठा आणि गुंतागुंतीचा मजकूर दस्तऐवज तयार आणि स्वरूपित करण्यासाठी वापरला जाऊ शकतो.

एक गणकयंत्र"

ब] "वर्डपॅड"

C] "नोटपॅड"

D] "टेक्स्ट पॅड"

प्र.१४. फोल्डर प्रणालीला "..............." असेही म्हणतात.

अ] "दिग्दर्शन प्रणाली"

ब] "निर्देशिका प्रणाली"

C] "डिरेक्टरी यादी"

ड] "फोल्डर बुक"

प्र.१७. A .... हे एका कंटेनरसारखे आहे ज्यामध्ये तुम्ही फाइल्स साठवू शकता.

अ] "चिन्ह"

ब] "दस्तऐवज"

C] "फोल्डर"

D] "पत्रक"

प्र.१८. ऑपरेटिंग सिस्टिमचे काम .... ते आहे

अ] अनेक उपयुक्त कमांड्स सहज कार्यान्वित करा.

ब] परिभाषित अनुप्रयोग प्रोग्राम इंटरफेसद्वारे सेवेसाठी विनंती करणे.

C] सर्वात मूलभूत स्तरावर संगणक नियंत्रित करण्यासाठी.

ड] यापैकी नाही.

प्र.१९. विंडोज इंटरफेस .... वर आधारित आहे.

A] "ग्राफिकल यूजर इंटरफेस" किंवा GUI

B] ऍप्लिकेशन प्रोग्राम इंटरफेस किंवा] API.

C] "क्लिपबोर्ड"

ड] यापैकी नाही

औद्योगिक प्रशिक्षण संस्था

मासिक चाचणी-10, गुण- 20, तारीख:- _______________

(प्रत्येक प्रश्नाला दोन गुण असतात)

प्र.५१. .... पर्यायाने, तुम्ही एकतर किंवा दोन्ही गोठवू शकता, म्हणजे पंक्ती आणि स्तंभ. तुम्ही वर्कशीटमध्ये कुठेही असलात तरीही तुम्ही या पंक्ती आणि/किंवा स्तंभांमधील माहिती नेहमी पाहू शकता.

अ] फूट

ब] व्यवस्था करा

क] फिटर

ड] <u>फ्रीझपॅन्स</u>

प्र.५४. MS Excel 2007 मधील टेम्प्लेट फाईलमध्ये "................" विस्तार आहे.

अ] .docx

ब] .yltx

क] <u>.xltx</u>

D] .zltx

प्र.५५. अ "........." पंक्ती आणि स्तंभांचा समावेश असलेल्या अकाउंटंटच्या लेजरप्रमाणे आहे.

अ] तक्ता

ब] <u>मायक्रोसॉफ्टएक्सेल 2007</u>

क] स्वरूप

ड] पत्रक

Q.3. "..............." ग्राफिक हे तुमच्या माहितीचे आणि कल्पनांचे दृश्य प्रतिनिधित्व आहे.

अ] "शब्दकला"

ब] "क्लिपआर्ट"

C] "स्मार्टआर्ट"

डी] "ऑटोशेप"

Q.5. "..............." वापरण्यास तयार असलेल्या चित्राचा संदर्भ घ्या.

अ] "शब्दकला"

ब] "क्लिपआर्ट"

C] "स्मार्टआर्ट"

डी] "ऑटोशेप"

प्र.८. "............" टॅबमध्ये स्लाइड शो कसा सादर करायचा हे नियंत्रित करणारी साधने आहेत.

अ] "डिझाइन"

ब] "स्लाइडशो"

C] "पुनरावलोकन"

D] "पहा"

प्र.१०. .... जे सेव्ह, अनडू आणि रिडू सारख्या सामान्यतः वापरल्या जाणार्‍या कमांडचे प्रतिनिधित्व करणारे आयकॉन प्रदर्शित करते.

अ] होम बटण

ब] रिबन

C] क्विकऍक्सेसटूलबार

ड] ऑफिस बटण

प्र.११. A "..........." हे सध्याच्या डॉक्युमनेटमधील एखाद्या स्थानाशी, दुसरे दस्तऐवज किंवा वेबसाइटचे कनेक्शन आहे.

अ] हायलिंक

ब] हिपोलिंक

क] दुवा

डी] हायपरलिंक

प्र.१२. .... संगणकावर स्लाइड शो तयार करण्यासाठी वापरले जातात

अ] सादरीकरणग्राफिक्स

ब] विश्लेषणात्मक विकास कार्यक्रम

C] सुपर स्लाइड पॅकेजेस

ड] स्लाइड मेकर टूल्स

प्र.१५. ग्राफिक प्रेझेंटेशनमध्ये, प्रत्येक प्रेझेंटेशनचे कार्यक्रम .... मध्ये विभागलेले आहेत.

अ] तक्ते

ब] <u>स्लाइड्स</u>

क] तक्ते

ड] चित्रे

औद्योगिक प्रशिक्षण संस्था
मासिक चाचणी-11, गुण- 20, तारीख:- _______________
(प्रत्येक प्रश्नाला दोन गुण असतात)

प्र.१९. A "............." हे पूर्व-डिझाइन केलेले सादरीकरण आहे जे फोटो अल्बम किंवा क्विझ शो यासारख्या सामान्य हेतूसाठी डिझाइन केलेले आहे.

अ] "तक्ता"

ब] "टेबल"

C] "स्लाइड"

D] <u>"टेम्पलेट"</u>

प्र.२२. जेव्हा तुम्ही तुमचा माउस एका आकाराच्या हँडलवर हलवता तेव्हा पॉइंटर "............." बनतो.

अ] गोल बाण

ब] <u>दोनडोक्याचाबाण</u>

क] अधिक चिन्ह

ड] चार डोक्याचा बाण

प्र.२३. पॉवरपॉइंट प्रेझेंटेशन हा खालील ॲप्लिकेशन सॉफ्टवेअरचा एक घटक आहे.

अ] लीप ऑफिस

ब] कार्यालय सुरू करा

क] ओपन ऑफिस

ड] <u>एमएसऑफिस</u>

प्र.२९. स्क्रीनच्या तळाशी असलेल्या "............" वर प्रदर्शित केलेल्या बटणावर चेक करून तुम्ही सादरीकरण दृश्ये बदलू शकता.

अ] "शीर्षक पट्टी"

ब] "मेनू बार"

C] "टूल बार"

डी] <u>"स्टेटसबार"</u>

प्र.३३. प्रेझेंटेशन ग्राफिक्समध्ये "............" हे स्लाइड क्रमांक, वेळ आणि तारीख, कंपनीचा लोगो किंवा हँडआउट किंवा तुमच्या प्रेझेंटेशनमधील नोट्स पेजच्या शीर्षस्थानी

प्रेझेंटेशन शीर्षक यासारखी माहिती जोडण्यासाठी वापरली जाते. , किंवा स्लाइड, हँडआउट किंवा नोट्सचा तळाशी.

अ] हायपरलिंक्स

ब] तक्ते

C] <u>शीर्षलेखआणितळटीप</u>

ड] तक्ते

प्र.35. ".............." प्रत्यक्ष स्लाइड शो सादरीकरणाप्रमाणे संपूर्ण संगणक स्क्रीन घेते.

A] स्लाइड सॉर्टर दृश्य

ब] सामान्य दृश्य

C] <u>स्लाइडशोदृश्य</u>

ड] नोट्स पृष्ठ

प्र.३८. तुमच्या प्रेझेंटेशनमध्ये तुमच्याकडे मोठ्या संख्येने स्लाइड्स असल्यास, तुमच्या सर्व स्लाइड्स पाहण्यासाठी आणि त्यांचे स्थान बदलण्यासाठी .... वापरणे तुम्हाला अधिक सोयीचे वाटेल.

अ] सामान्य दृश्य

ब] <u>स्लाइडसॉर्टरव्ह्यू</u>

C] स्लाइड शो दृश्य

ड] नोट्स पृष्ठ

प्र.४०. मायक्रोसॉफ्ट पॉवरपॉईंटमध्ये तुमची फाईल .... विस्तारासह संग्रहित केली जाते.

अ] psd

ब] .rtf

C] <u>.pptx</u>

ड] .docx

प्र.४१. जेव्हा पॉइंटर .... होतो, तेव्हा तुम्ही प्लेसहोल्डरला तुमच्या इच्छेनुसार ड्रॅग करू शकता.

अ] गोल बाण

ब] दोन गोल बाण

क] अधिक चिन्ह

ड] <u>चारडोक्याचाबाण</u>

Q.43. "............" हे फाइल ओळखण्यात मदत करणारे तपशील आहेत.

अ] डेस्कटॉप गुणधर्म

ब] विंडो गुणधर्म

क] प्रगत गुणधर्म

ड] <u>दस्तऐवजगुणधर्म</u>

औदयोगिक प्रशिक्षण संस्था

मासिक चाचणी-12, गुण- 20, तारीख:- ________________

(प्रत्येक प्रश्नाला दोन गुण असतात)

प्र.४६. "............" हे मुख्य संपादन दृश्य आहे.

A] स्लाइड सॉर्टर दृश्य

ब] <u>सामान्यदृश्य</u>

C] स्लाइड शो दृश्य

ड] नोट्स पृष्ठ

प्र.49. "..........." टॅबमध्ये मूलभूत स्वरूपन साधने आहेत.

अ] "डिझाइन"

B] "पहा"

C] "घाला"

D] <u>"घर"</u>

Q.2. "............." हा डेटाबेस ऑब्जेक्ट आहे ज्याचा वापर मुख्यतः रेकॉर्ड प्रविष्ट करण्यासाठी आणि प्रदर्शित करण्यासाठी आणि स्क्रीनवरील विद्यमान रेकॉर्डमध्ये बदल करण्यासाठी केला जातो.

अ] प्रश्न.

ब] <u>फॉर्म.</u>

क] अहवाल.

ड] टेबल.

प्र.७. "............" ही एक इलेक्ट्रॉनिक डेटाबेस व्यवस्थापन प्रणाली आहे जी विविध प्रकारे माहिती संग्रहित, व्यवस्थापित, हाताळणी आणि सादर करू शकते.

अ] <u>एमएसऍक्सेस 2007.</u>

ब] एमएस वर्ड.

C] एमएस एक्सेल.

ड] एमएस पॉवरपॉइंट.

प्र.११. "............" डेटा प्रकार फक्त संख्या संग्रहित करण्यासाठी वापरला जातो.

A] ऑटो नंबर.

ब] मजकूर.

C] <u>क्रमांक.</u>

D] तारीख/वेळ.

प्र.१३. "............" ऍक्सेस 2007 मध्ये माहिती संग्रहित करते.

अ] <u>तक्ता.</u>

ब] प्रश्न.

क] अहवाल.

ड] फॉर्म.

प्र.१५. "........." डेटा प्रकार प्रतिमा, दस्तऐवज, आलेख इत्यादी संग्रहित करण्यासाठी वापरला जातो.

अ] हायपरलिंक.

ब] ओईएलऑब्जेक्ट.

क] मजकूर.

ड] वर्णन.

प्र.१६. "........." फील्डमध्ये एंटर करता येणाऱ्या वर्णांची कमाल संख्या ठरवते.

अ] स्वरूप.

ब] इनपुट मास्क.

क] मथळा.

ड] क्षेत्राचाआकार.

प्र.१७. डेटाबेसमधील माहिती .... मध्ये संग्रहित केली जाते.

अ] तक्ता.

ब] पेटी.

क] फोल्डर.

डी] टेबल.

प्र.१८. "..........." हा डीफॉल्ट डेटा प्रकार आहे आणि त्याचा वापर शब्द, शब्द आणि संख्या यांचे संयोजन आणि गणनेमध्ये न वापरलेले संख्या यासारख्या मजकूर नोंदी संग्रहित करण्यासाठी केला जातो.

अ] मजकूर.

ब] संख्या.

क] मेमो.

ड] चलन.